കാലനൂപുരം

കാലങ്ങളെ മറികടന്ന പ്രണയത്തിന്റെ ചിലങ്കനാദം

സിയാൻ സിദ്ധാർത്ഥ്

Made with ♥ on the Notion Press Platform
www.notionpress.com

ഉള്ളടക്കം

മുഖവുര

ചില കഥകൾ കാലത്തിന്റെ അതിരുകൾക്കപ്പുറമാണ്. അവ ഒരു ജന്മത്തിൽ ആരംഭിച്ച് മറ്റൊരു ജന്മത്തിൽ പൂർത്തിയാകാൻ വേണ്ടി കാത്തിരിക്കും.

അനുപമയും കാർത്തികേയനും അത്തരമൊരു കഥയുടെ രണ്ട് ആത്മാക്കളായിരുന്നു.

ഒരു ജന്മത്തിൽ അവർ കണ്ടുമുട്ടി.

പ്രണയിച്ചു.

വിധിയുടെ ക്രൂരതയിൽ വേർപിരിഞ്ഞു.

പക്ഷേ, വേർപിരിയലിന് പോലും അവരുടെ പ്രണയത്തെ അവസാനിപ്പിക്കാൻ കഴിഞ്ഞില്ല. കാരണം, മരണം ശരീരത്തെ മാത്രമേ കവർന്നെടുക്കൂ....

കാലം മുന്നോട്ട് സഞ്ചരിച്ചു.

രാജ്യങ്ങൾ മാറി, ശരീരങ്ങൾ മാറി, പേരുകളും മുഖങ്ങളും മാറി.

എന്നാൽ രണ്ട് ആത്മാക്കളുടെ കാത്തിരിപ്പ് മാത്രം മാറിയില്ല.

ഓരോ ജന്മത്തിലും അവർ പരസ്പരം തമ്മിൽ തിരഞ്ഞു.

ഓരോ ജന്മത്തിലും വിധി അവരെ പരീക്ഷിച്ചു.

ഓരോ ജന്മത്തിലും ഒരു നൂപുരത്തിന്റെ നേർത്ത നാദം അവരുടെ ആത്മാക്കളെ വീണ്ടും ഒന്നിക്കാൻ വിളിച്ചുകൊണ്ടിരുന്നു.

1

കാലചക്രത്തിന്റെ വഴിത്തിരിവ്

കൊച്ചിയുടെ ആകാശത്തിന് മുകളിൽ ഇരുണ്ട മഴമേഘങ്ങൾ തിങ്ങിനിന്നിരുന്നു. വെള്ളിനിറം കലർന്ന ചാരനിഴലുകൾ നഗരത്തിലെ പ്രശസ്തമായ ഒരു സ്വകാര്യ ആയുർവേദ ആശുപത്രിയുടെ വിശാലമായ പരിസരത്തുകൂടി പതുക്കെ ഒഴുകിനീങ്ങി. മഴ നനഞ്ഞ മണ്ണിന്റെ മണം, ഔഷധസസ്യങ്ങളുടെ സുഗന്ധം, മറ്റൊരു പ്രതീക്ഷാഭരിതമായ ദിവസത്തിന്റെ തുടക്കം.

രാത്രിയൊട്ടാകെ പെയ്ത മഴ നഗരത്തെ കഴുകി വൃത്തിയാക്കിയിരുന്നു. ആശുപത്രിയിലെ പ്രാർത്ഥനാമുറിയിൽ നിന്നുയരുന്ന ചന്ദനത്തിരിയുടെ പുക നനഞ്ഞ മണ്ണിന്റെ മണവുമായി ലയിച്ച് പരന്നൊഴുകി. സൂര്യോദയത്തിന് മുൻപേ തന്നെ സ്വീകരണ ഹാളിൽ രോഗികളുടെ തിരക്കായിരുന്നു. ചിലർ കൈകളിൽ മെഡിക്കൽ റിപ്പോർട്ടുകളുടെ കെട്ടുകളുമായെത്തി. മറ്റുചിലർ അതിലും ഭാരമേറിയ പ്രതീക്ഷകളുമായി വന്നു. ആശുപത്രിക്കുള്ളിലെ ജീവിതം ഒരിക്കലും നിലയ്ക്കാത്ത ഒരു താളത്തിൽ മുന്നോട്ടുപോയിക്കൊണ്ടിരുന്നു. ധന്വന്തരിയുടെ പ്രതിമയ്ക്കു മുന്നിൽ ചിലർ നിശ്ശബ്ദമായി പ്രാർത്ഥിച്ചു.

ആ നിയന്ത്രിതമായ തിരക്കിനിടയിലൂടെ നടന്നു വന്നത് ഡോ. അനുപമയായിരുന്നു. അവളുടെ കാലടികൾക്ക് പോലും സ്വന്തമായൊരു താളമുണ്ടെന്ന് തോന്നുമായിരുന്നു. രോഗികൾ അവളെ കണ്ടാൽ ഉടൻ തിരിച്ചറിയും. ചിലർ ആദരപൂർവ്വം കൈകൂപ്പും. ചിലർ നന്ദിയോടെ പുഞ്ചിരിക്കും. മറ്റുചിലർ അചഞ്ചലമായ വിശ്വാസത്തോടെ അവളെ നോക്കിനിൽക്കും.

മുപ്പതാം വയസ്സിൽ തന്നെ ഡോ. അനുപമ സ്വന്തമാക്കിയ പ്രശസ്തി പല ഡോക്ടർമാർക്കും പതിറ്റാണ്ടുകൾ വേണ്ടിവരുന്നതായിരുന്നു. കേരളത്തിലെ ഏറ്റവും പ്രതിഭാശാലികളായ ആയുർവേദ ഡോക്ടർമാരിൽ ഒരാളായി അവൾ അറിയപ്പെട്ടു. രോഗലക്ഷണങ്ങൾ മാത്രം നോക്കാതെ, രോഗികളുടെ മനസ്സും വായിച്ചറിയാനുള്ള അസാധാരണമായ കഴിവും അവളെ വേറിട്ടുനിർത്തി.

അനുപമയ്ക്ക് അസാധാരണമായ സൗന്ദര്യവും ഉണ്ടായിരുന്നു. അവളെ ഒരിക്കൽ കണ്ടവർക്ക് ആ മുഖം മറക്കാൻ പ്രയാസമായിരുന്നു. പറയാതെ പോയ അനേകം കഥകൾ ഒളിപ്പിച്ചുവെച്ചതുപോലെയുള്ള വലിയ കണ്ണുകൾ. അവളുടെ കറുപ്പും ചെമ്പയും ചേർന്ന നീണ്ട മുടിയിഴകൾ, കാറ്റിന്റെ താളത്തിനൊത്ത് തിരമാലകളെപ്പോലെ ഒഴുകി. ശാന്തമായ ഭാവവും സ്വാഭാവികമായ ചാരുതയും ചേർന്ന അവൾ എവിടെയെത്തിയാലും ആളുകളുടെ ശ്രദ്ധ ആകർഷിച്ചിരുന്നു. എന്നാൽ അവളുടെ സൗന്ദര്യത്തിൽ അഹങ്കാരത്തിന്റെ ഒരു കണികപോലുമുണ്ടായിരുന്നില്ല. ഇത്രയും മിടുക്കിയും സുന്ദരിയുമായ അനുപമ ഇതുവരെ വിവാഹിതയാകാത്തത് എന്തുകൊണ്ടാണെന്ന് പല സഹപ്രവർത്തകരും അത്ഭുതപ്പെട്ടിരുന്നു.

നിരവധി വിവാഹാലോചനകൾ വന്നിരുന്നു. പ്രശസ്ത ഡോക്ടർമാർ, വ്യവസായികൾ, സിനിമാ താരങ്ങൾ...

അവളുടെ മനസ്സിൽ വേറെ എന്തൊക്കെയോ ചിന്തകളായിരുന്നു. അവ അവൾക്കുതന്നെ വ്യക്തമായി വിശദീകരിക്കാനാകാത്ത ചിന്തകളായിരുന്നു . വിവാഹത്തെക്കുറിച്ച് സംസാരിക്കുമ്പോഴെല്ലാം അവളുടെ ഉള്ളിൽ വിചിത്രമായൊരു വികാരം ഉയരും.

ആരോ ഒരാൾ ഇല്ലെന്ന ഉറച്ച തോന്നൽ.

അവൾക്കറിയാവുന്ന ഒരാളല്ല.

അവൾ ഓർക്കുന്ന ഒരാളുമല്ല.

എന്നാൽ ഓരോ ദിവസവും അവന്റെ അഭാവം അവൾ അനുഭവിച്ചിരുന്നു.

ഓർമ്മകൾക്കും സമയത്തിനും അപ്പുറത്ത് മറഞ്ഞിരിക്കുന്ന ഒരു മുഖത്തെ അവളുടെ ആത്മാവിന്റെ ഒരു ഭാഗം ഇപ്പോഴും അന്വേഷിച്ചുകൊണ്ടിരിക്കുകയാണെന്നപോലെ...

അതിന് യാതൊരു യുക്തിയും ഉണ്ടായിരുന്നില്ല. എന്നാൽ ആ വികാരം അവളെ വിട്ടുപോയതുമില്ല. ആ സത്യം അവളുടെ ഓരോ ഉണർന്ന നിമിഷത്തെയും പിന്തുടർന്നു. ഓർമ്മയുള്ള കാലം മുതൽ അവൾ ഉള്ളിൽ വഹിച്ചുകൊണ്ടിരുന്ന ഒരു വികാരം.

പലർക്കും ഡോ. അനുപമ ഒരു ഡോക്ടറിനേക്കാൾ കൂടുതലായിരുന്നു. ചിലർക്ക് അവൾ ഒരു അത്ഭുതമായിരുന്നു. അവളെക്കുറിച്ചുള്ള കഥകൾ കൊച്ചിക്ക് ഏറെ ദൂരത്തേക്കും പടർന്നിരുന്നു. ദൂരെയുള്ള ജില്ലകളിൽ നിന്നുപോലും രോഗികൾ അവളെ കാണാനെത്തി. പരിചയസമ്പന്നരായ ഡോക്ടർമാർ 'ഇനി ചികിത്സ ഇല്ല' എന്ന് പറഞ്ഞ് ഒഴിവാക്കിയ രോഗികൾക്ക് അവളുടെ ചികിത്സയിലൂടെ രോഗശാന്തി ലഭിച്ചു. അത് എങ്ങനെ എന്നത് ആർക്കും വിശദീകരിക്കാനായില്ല. ചിലർ അത് വർഷങ്ങളുടെ കഠിനാധ്വാനത്തിന്റെയും അച്ചടക്കത്തിന്റെയും ഫലമാണെന്ന്

വിശ്വസിച്ചു. മറ്റുചിലർ അവൾക്ക് അസാധാരണമായ ഒരു വരദാനമുണ്ടെന്ന് വിശ്വസിച്ചു. മറ്റുള്ളവർ കാണാതെ പോകുന്നത് കാണാനുള്ള കഴിവ്.

അനുപമ അത്തരം കഥകളെ ഒരിക്കലും പ്രോത്സാഹിപ്പിച്ചിരുന്നില്ല. അതുപോലെ അവയെ നിഷേധിച്ചുമില്ല. അവൾ തന്റെ ജോലി തുടർന്നു. രോഗികളെ സുഖപ്പെടുത്തുക എന്നത് മാത്രമായിരുന്നു അവളുടെ ജീവിതത്തിന് അർത്ഥം നൽകുന്നതെന്ന് എല്ലാവരും കരുതിയിരുന്നു. അല്ലെങ്കിൽ, അവൾ എല്ലാവരെയും വിശ്വസിപ്പിക്കാൻ ആഗ്രഹിച്ചത് അതായിരുന്നു.

യാഥാർത്ഥ്യം മറ്റൊന്നായിരുന്നു. ആ ശൂന്യത അവളെ ഒരിക്കലും വിട്ടുപോയില്ല. മറന്നുപോയ ഒരു ഗാനത്തിന്റെ ഓർമ്മപോലെ അത് അവളുടെ ഉള്ളിൽ നിലനിന്നു. പരിചിതമാണെന്ന് തോന്നുന്ന ഒരു ഈണം. പക്ഷേ ഒരിക്കലും പൂർണമായി ഓർക്കാൻ കഴിയാത്ത ഒരു ഈണം.

കൺസൾട്ടേഷൻ മുറിയിലേക്ക് പ്രവേശിക്കുമ്പോൾ അവളുടെ ചിന്തകൾ വീണ്ടും ആ സ്വപ്നത്തിലേക്ക് തിരിഞ്ഞു.

അതേ സ്വപ്നം...

അതേ മുഖം... താൻ ഒരിക്കലും കണ്ടിട്ടില്ലാത്ത ഒരു അപരിചിതൻ, എന്നിട്ടും എവിടെയോ അവനെ അറിയാമെന്ന തോന്നൽ.

ഇരുട്ടിൽ നിന്ന് ഉയർന്നുവരുന്ന ആകാംക്ഷയും ദുഃഖവും നിറഞ്ഞ രണ്ട് കണ്ണുകൾ.

എല്ലാ പ്രഭാതത്തിലും അവൾ കണ്ണീരോടെ ഉണരും. ഓരോ പ്രഭാതത്തിലും സ്വപ്നത്തിന്റെ കുറച്ചുകൂടി ഭാഗങ്ങൾ മറന്നുപോകും.എന്നാൽ ഓരോ രാത്രിയിലും അത് വീണ്ടും മടങ്ങിയെത്തും. മരിക്കാൻ വിസമ്മതിക്കുന്ന ഒരു ഓർമ്മപോലെ.

"ഡോക്ടർ..." ആ ശബ്ദം അവളെ യാഥാർത്ഥ്യത്തിലേക്ക് തിരികെ കൊണ്ടുവന്നു.

അവളുടെ മുന്നിൽ മധ്യവയസ്കനായ ഒരാൾ ഇരിക്കുകയായിരുന്നു. അയാളുടെ കൈകൾ ചെറുതായി വിറയ്ക്കുന്നുണ്ടായിരുന്നു. വർഷങ്ങളായുള്ള അസുഖം ശരീരത്തിൽ വ്യക്തമായ അടയാളങ്ങൾ പതിപ്പിച്ചിരുന്നു. എന്നാൽ അനുപമയുടെ ശ്രദ്ധ രോഗലക്ഷണങ്ങൾക്കപ്പുറത്തേക്ക് നീങ്ങി.

അവൾ അയാളുടെ ഇരിപ്പുരീതി ശ്രദ്ധിച്ചു.

ശ്വാസോച്ഛ്വാസം ശ്രദ്ധിച്ചു.

താടിയെല്ലിനുചുറ്റുമുള്ള മുറുക്കം ശ്രദ്ധിച്ചു.

പുഞ്ചിരിക്കു പിന്നിൽ മറഞ്ഞിരിക്കുന്ന ക്ഷീണം ശ്രദ്ധിച്ചു.

വേദന പലപ്പോഴും വാക്കുകളില്ലാതെ സ്വയം വെളിപ്പെടുത്തുമെന്ന് അവൾക്കറിയാമായിരുന്നു. ഒരു മനുഷ്യൻ ഇരിക്കുന്ന രീതിയിലും, കണ്ണുകൾ ചിമ്മുന്ന രീതിയിലും, ഒരു ചോദ്യത്തിന് ഉത്തരം പറയുന്നതിന് മുമ്പ് ശ്വാസമെടുക്കുന്ന രീതിയിലും അത് പ്രകടമാവുമെന്ന് അവൾക്കറിയാമായിരുന്നു. ഏതാനും മിനിറ്റുകൾക്കുള്ളിൽ തന്നെ മുൻ പരിശോധനകളിൽ ശ്രദ്ധിക്കപ്പെടാതെ പോയ കാര്യം അവൾ മനസ്സിലാക്കി.

അസുഖം ശാരീരികം മാത്രമായിരുന്നില്ല. ഭയം രോഗത്തിന്റെ ഭാഗമായിക്കഴിഞ്ഞിരുന്നു.

അനുപമ രോഗിയുടെ ഫയൽ മെല്ലെ അടച്ചു. “നിങ്ങളുടെ ജീവിതത്തിൽ ഭാവിയിൽ സംഭവിക്കാൻ പോകുന്ന കാര്യങ്ങളെക്കുറിച്ച് നിങ്ങൾ വളരെക്കാലമായി ആശങ്കപ്പെടുകയാണ്.” അവൾ മൃദുവായി പറഞ്ഞു.

ആ മനുഷ്യൻ അത്ഭുതത്തോടെ അവളെ നോക്കി. “അതെങ്ങനെ ഡോക്ടർക്ക് മനസ്സിലായി?”

അനുപമ ചെറുതായി പുഞ്ചിരിച്ചു. "രോഗി ഒന്നും പറയാതിരുന്നാലും മനസ്സിലുള്ളത് കേൾക്കാൻ ഒരു ഡോക്ടർ പഠിക്കണം. നിങ്ങൾ ഭാവിയെക്കുറിച്ച് ചിന്തിച്ച് വിഷമിച്ചിട്ട് കാര്യമില്ല. ഓരോ മോശം ചിന്തകളും രോഗമായി പരിണമിക്കും. മനസ്സിൽ നല്ല ചിന്തകൾ നിറക്കൂ. ഒരു മരുന്നിന്റെയും ആവശ്യമില്ല. "

ആ ദിവസത്തിൽ ആദ്യമായി ആശ്വാസത്തിന്റെ ഒരു തെളിച്ചം അയാളുടെ മുഖത്ത് പ്രത്യക്ഷപ്പെട്ടു. തോളുകളിലെ മുറുക്കം അയഞ്ഞു. കണ്ണുകളിൽ വീണ്ടും പ്രതീക്ഷ മടങ്ങിയെത്തി.

സാധാരണയായി ഇത്തരം നിമിഷങ്ങൾ അനുപമയ്ക്ക് സംതൃപ്തി നൽകാറുണ്ടായിരുന്നു. എന്നാൽ അന്ന് അങ്ങനെയായിരുന്നില്ല. രോഗി മുറി വിട്ടുപോയതിനു ശേഷം ഒരു ചിന്ത അവളുടെ മനസ്സിൽ ഉയർന്നു.

'ജീവിതം എത്ര വിചിത്രമാണ്... അപരിചിതരുടെ വേദന മനസ്സിലാക്കാൻ കഴിയുന്ന തനിക്ക്... സ്വന്തം ഹൃദയത്തിന്റെ വേദന മനസ്സിലാക്കാൻ കഴിയുന്നില്ല.' ആ തിരിച്ചറിവ് അവളുടെ മനസ്സിൽ ഏറെ നേരം തങ്ങി.

ജാലകത്തിനപ്പുറം മഴ വീണ്ടും പെയ്യാൻ തുടങ്ങി. ചെറിയ മഴത്തുള്ളികൾ ഗ്ലാസിലൂടെ ഒഴുകിയിറങ്ങി. ചാരനിറമുള്ള ആകാശം അവളുടെ മനോഭാവത്തെ തന്നെ പ്രതിഫലിപ്പിക്കുന്നതുപോലെ തോന്നി. ഒരു നിമിഷം അവൾ ജാലകത്തിലെ സ്വന്തം പ്രതിബിംബത്തിലേക്ക് നോക്കി.

'മുപ്പത് വയസ്സ്.'

'ബഹുമാനിക്കപ്പെടുന്നവൾ.'

'സ്വതന്ത്ര.'

'സമൂഹം പ്രശംസിക്കുന്ന എല്ലാ നേട്ടങ്ങളും സ്വന്തമാക്കിയവൾ.'

എന്നാൽ കണ്ണാടിയിൽ നിന്നു തിരിച്ചുനോക്കുന്ന ആ സ്ത്രീ തനിക്ക് അപരിചിതയാണെന്ന് അവൾക്ക് തോന്നി.

മറ്റാരോ എഴുതിയ ഒരു കഥാപാത്രത്തെ താൻ അവതരിപ്പിക്കുകയാണെന്നപോലെ.

"നീ ആരാണ്...?" മുന്നറിയിപ്പില്ലാതെ ആ ചോദ്യം അവളുടെ മനസ്സിൽ വീണ്ടും ഉയർന്നു.

നീ എന്താണ് നേടിയെടുത്തത് എന്നല്ല. "നീ ആരാണ്?" എന്നായിരുന്നു. ആ ചോദ്യം അവളെ അസ്വസ്ഥയാക്കി. കാരണം അതിന് അവൾക്കൊരു ഉത്തരമില്ലായിരുന്നു.

ഓഫീസ് മുറിക്കപ്പുറം ആശുപത്രി പതിവ് താളത്തിൽ മുന്നോട്ടുപോയിക്കൊണ്ടിരുന്നു. ഫോണുകൾ നിരന്തരം മുഴങ്ങി. കാലടികളുടെ ശബ്ദം ഇടനാഴികളിൽ പ്രതിധ്വനിച്ചു. ദൂരെയെവിടെയോ ചിരികൾ ഉയർന്നു. ജീവിതം അതിന്റെ വഴിയിലൂടെ ഒഴുകിക്കൊണ്ടിരുന്നു. എന്നാൽ അനുപമയ്ക്ക് തോന്നിയത് താൻ രണ്ട് ലോകങ്ങൾക്കിടയിൽ കുടുങ്ങിക്കിടക്കുകയാണെന്നാണ്.

ഒന്ന് അവൾക്ക് കാണാൻ കഴിയുന്ന ലോകം.

മറ്റൊന്ന് അനുഭവിക്കാൻ മാത്രം കഴിയുന്ന ലോകം. ഓർമ്മകൾക്കപ്പുറം മറഞ്ഞുകിടക്കുന്ന ഒരു ലോകം. തന്നെ കാത്തിരിക്കുന്ന ഒരു ലോകം.

കാലചക്രം ഇതിനോടകം തിരിയാൻ തുടങ്ങിയെന്ന് അവൾ അറിഞ്ഞിരുന്നില്ല. കൊച്ചിയിൽ നിന്ന് വളരെ അകലെ... മറ്റൊരാളും സ്വപ്നം കാണാൻ തുടങ്ങിയിരുന്നു.

അന്ന് വൈകുന്നേരം തന്റെ വാർഡുകൾ സന്ദർശിച്ച ശേഷം അനുപമ ഓഫീസിലേക്ക് മടങ്ങി. മുകളിൽ കറങ്ങിക്കൊണ്ടിരുന്ന ഫാൻ ഈർപ്പമുള്ള വായുവിനെ അകറ്റാൻ ശ്രമിച്ചു. മേശപ്പുറത്തെ കടലാസുകൾ കാറ്റിൽ ചെറുതായി ഇളകി. അവളുടെ നോട്ടം അറിയാതെ ജാലകത്തിലേക്ക് നീങ്ങി. പുറത്ത് പച്ചപ്പിന്റെ വിശാലമായ

ലോകം പരന്നുകിടന്നു. തെങ്ങുകൾ, പൂത്തുലഞ്ഞ ചെമ്പരത്തികൾ, ദൂരെയായി അസ്തമയസൂര്യൻ വിതറിയ സ്വർണനിറങ്ങൾ. എന്നാൽ ആ സൗന്ദര്യത്തിനിടയിലും അവളുടെ ഹൃദയത്തിൽ മറ്റൊരു വികാരം പതിയെ ഉയർന്നുവന്നു.

ഒരു വിശദീകരിക്കാനാകാത്ത ആകാംക്ഷ...

നഷ്ടപ്പെട്ട തിരിച്ചറിവുകളെക്കുറിച്ചുള്ള ചോദ്യങ്ങൾ...

ഇനിയും കണ്ടെത്താനിരിക്കുന്ന സ്വന്തം സത്തയെക്കുറിച്ചുള്ള അന്വേഷണങ്ങൾ...

അവൾ കസേരയിലേക്ക് ചാരിയിരുന്നു. സഹപ്രവർത്തകരുടെ കണ്ണിൽ അവൾ വിജയത്തിന്റെ പ്രതീകമായിരുന്നു. ആയുർവേദത്തിലൂടെ രോഗശാന്തി നൽകുന്ന ഒരു മികച്ച ഡോക്ടർ. ജീവിതത്തിൽ സമതുലിതാവസ്ഥ തേടുന്നവർക്ക് ഒരു പ്രതീക്ഷ. പക്ഷേ ജാലകത്തിലെ പ്രതിബിംബത്തിലേക്ക് നോക്കുമ്പോൾ അവൾ മറ്റൊരാളെ കണ്ടു.

ഡോ. അനുപമയല്ല, അനുപമ എന്ന മനുഷ്യനെ.

"ഞാൻ ശരിക്കും ആരാണ്?" കഴിഞ്ഞ കുറേ മാസങ്ങളായി അവളെ ഉറക്കമില്ലാതാക്കിയ ചോദ്യം അതായിരുന്നു.

പൂർത്തിയാകാതെ കിടക്കുന്ന ഒരു സമസ്യ പോലെ... ചേർത്തുവെക്കാൻ കഴിയാത്ത ജീവിതത്തിന്റെ ഒരു ചിത്രംപോലെ...

മേശപ്പുറത്തിരുന്ന നോവലിന്റെ പേജുകൾ മറിച്ചുനോക്കിക്കൊണ്ടിരുന്ന അനുപമയുടെ ശ്രദ്ധ പെട്ടെന്ന് മറ്റൊരിടത്തേക്ക് വഴിമാറി. ഓഫീസിന്റെ നേർത്ത ചുമരുകൾക്കപ്പുറത്ത് നിന്ന് ചിലരുടെ സംഭാഷണം അവളുടെ കാതുകളിലെത്തി. ആ ശബ്ദങ്ങളിൽ ആവേശമുണ്ടായിരുന്നു. ജീവനുണ്ടായിരുന്നു. അവൾ അറിയാതെ ശ്രദ്ധിക്കാൻ തുടങ്ങി.

"ഇന്നലെ വൈകുന്നേരം ഭരതനാട്യം കാണാൻ പോയിരുന്നോ?" ഒരാൾ ചോദിച്ചു.

"പോയിരുന്നു. അടിപൊളി ആയിരുന്നു. എനിക്ക് ഭയങ്കരം ഇഷ്ടമായി." ഒരു സ്ത്രീ ആവേശത്തോടെ മറുപടി പറഞ്ഞു.

അതിനുശേഷം ഒരു പൊട്ടിച്ചിരി ഉയർന്നു.

ആ ചിരിയുടെ പ്രതിധ്വനി അനുപമയുടെ ഹൃദയത്തിൽ എവിടെയോ തട്ടി. വർഷങ്ങളായി ഉറങ്ങിക്കിടന്ന ഒരു വികാരം പതിയെ ഉണരാൻ തുടങ്ങി. അവൾക്ക് തന്റെ അമ്മയെ ഓർമ്മവന്നു. അടുക്കളയിൽ തിരക്കിലായിരിക്കുമ്പോഴും പാട്ടിനൊത്ത് ചുവടുവെച്ചിരുന്ന അമ്മ. വർണ്ണശബളമായ സാരി കാറ്റിൽ പാറുന്നതുപോലെ നൃത്തം ചെയ്തിരുന്ന അമ്മ. ചിരിയും സംഗീതവും നിറഞ്ഞ ആ പഴയ ദിവസങ്ങൾ.

അവൾ അറിയാതെ തന്നെ മറ്റൊരു ഓർമ്മയും മനസ്സിലേക്ക് ഒഴുകിയെത്തി. കണ്ണാടിക്ക് മുന്നിൽ നിന്ന് നൃത്തം ചെയ്യുന്ന ഒരു കൊച്ചുപെൺകുട്ടി. ഗന്ധർവൻമാരുടെ കഥകൾ മനസ്സിൽ സൃഷ്ടിച്ച് അവയെ ചുവടുകളിലൂടെ പറയാൻ ശ്രമിക്കുന്ന ഒരു കൗമാരക്കാരി. ഒരുകാലത്ത് അവൾക്കും ഒരു സ്വപ്നമുണ്ടായിരുന്നു. ഒരു നർത്തകിയാകണം എന്ന സ്വപ്നം. എന്നാൽ എപ്പോഴോ ആ സ്വപ്നം പഠനത്തിന്റെ ഭാരത്തിനിടയിൽ വഴിമധ്യേ നഷ്ടപ്പെട്ടു. അത് എപ്പോൾ സംഭവിച്ചുവെന്ന് പോലും അവൾക്ക് ഓർമ്മയില്ല.

പക്ഷേ ഇപ്പോൾ...ആ നഷ്ടപ്പെട്ട സ്വപ്നത്തിന്റെ വേദന അവളുടെ ഉള്ളിൽ വീണ്ടും ഉണർന്നു. ഇത് നൃത്തത്തോടുള്ള ഇഷ്ടം മാത്രമായിരുന്നില്ല. അതിലേറെ ആഴമുള്ള എന്തോ ഒന്ന്. സ്വന്തം വേരുകളുമായി വീണ്ടും ബന്ധപ്പെടാനുള്ള ആഗ്രഹം. സ്വന്തം ആത്മാവിന്റെ മറന്നുപോയ ഒരു ഭാഗത്തെ കണ്ടെത്താനുള്ള ആകാംക്ഷ.

"മാന്ത്രികത..." അവൾ ആ വാക്ക് മനസ്സിൽ ആവർത്തിച്ചു.

'അവർ പറഞ്ഞത് ശരിക്കും ഒരു കലാപരിപാടിയെക്കുറിച്ചായിരുന്നോ?'

'അല്ലെങ്കിൽ താൻ ഇതുവരെ കണ്ടെത്താത്ത എന്തോ ഒന്നിനെക്കുറിച്ചോ?'

ജീവിതം പൂർണ്ണമാണെന്ന് എല്ലാവരും കരുതിയിരുന്നെങ്കിലും... അത് എവിടെയോ കീറിപ്പോയ ഒരു തുണിപോലെ അവൾക്ക് തോന്നി.അതിലെ നഷ്ടപ്പെട്ട നൂലുകൾ അന്വേഷിക്കേണ്ട സമയം എത്തിയെന്നൊരു തോന്നൽ. അവൾ മെല്ലെ മേശപ്പുറത്തിരുന്ന അമ്മയുടെ ഫോട്ടോ കൈയിലെടുത്തു. ഒരു നാട്ടുത്സവത്തിനിടയിൽ എടുത്ത ചിത്രമായിരുന്നു അത്. ചിരിച്ചുകൊണ്ട് നിൽക്കുന്ന അമ്മ. അരികിൽ കൊച്ചു അനുപമ. ആ ഫോട്ടോ കാണുമ്പോൾ ഹൃദയത്തിൽ മധുരമുള്ള ഒരു വേദന പടർന്നു.

ആ ഉത്സവങ്ങൾ....

ആ സംഗീതം....

ആ നൃത്തം....

ആ ചിരികൾ....

ഇവയൊക്കെയും അവളുടെ ആത്മാവിന്റെ ഭാഗമായിരുന്നു.

എന്നാൽ ഇന്ന് വിജയം നിറഞ്ഞ ജീവിതത്തിനിടയിലും ആ സന്തോഷം എവിടെയോ നഷ്ടപ്പെട്ടിരുന്നു.

പുറത്തുനിന്നുള്ള സംഭാഷണശബ്ദങ്ങൾ പതിയെ മാഞ്ഞു. വീണ്ടും ആശുപത്രിയുടെ പതിവ് അന്തരീക്ഷം അവളെ ചുറ്റിപ്പറ്റി. എന്നാൽ അവളുടെ ഉള്ളിൽ എന്തൊക്കെയോ മാറിക്കഴിഞ്ഞിരുന്നു. നാളുകളായി അടിച്ചമർത്തിയിരുന്ന ഒരു ആഗ്രഹം വീണ്ടും ഉണർന്നിരുന്നു.

ഒരു ചെറിയ പ്രതീക്ഷ.

ഒരു പുതിയ കൗതുകം.

ഒരു അജ്ഞാത യാത്രയിലേക്കുള്ള ആദ്യ ചുവട്.

പക്ഷേ ഭൂതകാലത്തിന്റെ അദൃശ്യ നൂലുകൾ ഇതിനോടകം തന്നെ അവളെ വിളിക്കാൻ തുടങ്ങിയിരുന്നു എന്ന് അവൾക്കറിയില്ലായിരുന്നു. സമയത്തെയും ഓർമ്മകളെയും അതിജീവിക്കുന്ന ഒരു യാത്ര അവളെ കാത്തിരുന്നു. അവളുടെ ആത്മാവിൽ ഒളിഞ്ഞുകിടക്കുന്ന ചരിത്രങ്ങളെ ഉണർത്താനൊരുങ്ങുന്ന ഒരു യാത്ര.

സന്ധ്യയുടെ വെളിച്ചം പതിയെ മങ്ങിത്തുടങ്ങി. ജാലകത്തിലൂടെ ഒഴുകിയെത്തിയ സ്വർണനിറമുള്ള അവസാന കിരണങ്ങൾ അനുപമയുടെ മുഖത്ത് പതിഞ്ഞു. അവൾ കസേരയിൽ ചാരിയിരുന്നുകൊണ്ട് ഒരു നിശ്ശബ്ദ പ്രതിജ്ഞ എടുത്തു.

"ഇനി പ്രതീക്ഷകളുടെ ഭാരത്തിന് മുന്നിൽ കീഴടങ്ങിക്കിടക്കില്ല. വർഷങ്ങളായി മറന്നുപോയ തന്റെ ആത്മാവിന്റെ വിളി കേൾക്കും. ഭരതനാട്യം ഒരു കലാരൂപം മാത്രമല്ലായിരിക്കാം. ഒരുപക്ഷേ അത് ഒരു വാതിലായിരിക്കാം. ഭൂതകാലത്തിലേക്കുള്ള ഒരു വാതിൽ. അല്ലെങ്കിൽ ഇതുവരെ കണ്ടെത്താനാകാത്ത സത്യത്തിലേക്കുള്ള ഒരു വാതിൽ." ആ ചിന്ത അവളുടെ ഉള്ളിൽ ഒരു പുതിയ ഊർജം നിറച്ചു. മാസങ്ങൾക്കുശേഷം ആദ്യമായി അവൾക്ക് ഭാവിയെക്കുറിച്ച് ഒരു കൗതുകം തോന്നി, ഒരു ലക്ഷ്യം തോന്നി.

അവൾ മെല്ലെ കസേരയിൽ നിന്ന് എഴുന്നേറ്റു. മേശപ്പുറത്തിരുന്ന ഫയലുകൾ ക്രമപ്പെടുത്തി. അമ്മയുടെ ചിത്രം ഒരിക്കൽക്കൂടി നോക്കിയശേഷം പുഞ്ചിരിയോടെ മുറിയിൽ നിന്ന് പുറത്തേക്കിറങ്ങി.

ഇടനാഴികളിൽ അപ്പോഴും തിരക്കുണ്ടായിരുന്നു. നഴ്സുമാർ വേഗത്തിൽ നടക്കുന്നു. രോഗികളുടെ ബന്ധുക്കൾ ആശങ്കകളോടെ കാത്തിരിക്കുന്നു. ഡോക്ടർമാർ ചികിത്സാ ചർച്ചകളിൽ മുഴുകിയിരിക്കുന്നു. ജീവിതം പതിവുപോലെ മുന്നോട്ടുപോയിക്കൊണ്ടിരുന്നു. എന്നാൽ അനുപമയ്ക്ക്

എല്ലാം വ്യത്യസ്തമായി തോന്നി. അവളുടെ ഉള്ളിൽ എന്തോ ഉണർന്നിരുന്നു.

വർഷങ്ങളായി ഉറങ്ങിക്കിടന്ന ഒരു സ്വപ്നം...

മറന്നുപോയ ഒരു ആഗ്രഹം...

അവൾ ആശുപത്രിയുടെ പ്രധാന കവാടം കടന്ന് പുറത്തേക്കിറങ്ങി. മഴ തോർന്നിരുന്നു. നനഞ്ഞ റോഡുകളിൽ അസ്തമയത്തിന്റെ നിറങ്ങൾ പ്രതിഫലിച്ചു. കൊച്ചി നഗരം സന്ധ്യയുടെ പ്രകാശത്തിൽ മറ്റൊരു ഭാവം കൈവരിച്ചു. കടകളിലെ ലൈറ്റുകൾ ഒന്നൊന്നായി തെളിഞ്ഞു. അവൾ പതുക്കെ നടന്നു. ഓരോ ചുവടും ഒരു പുതിയ തുടക്കത്തിന്റെ താളം പോലെ. ആകാശത്തിൽ ആദ്യ നക്ഷത്രങ്ങൾ തെളിയാൻ തുടങ്ങി. അവയെ നോക്കിയപ്പോൾ എന്തുകൊണ്ടോ അവളുടെ ഹൃദയം വേഗത്തിൽ മിടിച്ചു. ആരോ തന്നെ കാത്തിരിക്കുന്നുവെന്ന തോന്നൽ...

എവിടെയോ...

എപ്പോഴോ...

താൻ മറന്നുപോയ ആരോ...

എന്നാൽ അത് വെറും തോന്നൽ മാത്രമായിരുന്നില്ല. വിധി ഇതിനോടകം തന്റെ നൂലുകൾ നെയ്യാൻ തുടങ്ങിയിരുന്നു. കാലചക്രം വീണ്ടും തിരിയുകയായിരുന്നു. അനുപമയുടെ ജീവിതം ഇനി ഒരിക്കലും പഴയതുപോലെ ആയിരിക്കില്ല. ഓർമ്മകൾക്കപ്പുറം മറഞ്ഞുകിടന്ന ഒരു സത്യം അവളെ വിളിച്ചുകൊണ്ടിരുന്നു.

അതേസമയം... കൊച്ചിയിൽ നിന്ന് വളരെ അകലെ... മറ്റൊരാൾ കൂടി അതേ ആകാശത്തേക്ക് നോക്കിനിൽക്കുകയായിരുന്നു. അതേ സ്വപ്നം അവനെയും പിന്തുടരുകയായിരുന്നു.

അതേ കണ്ണുകൾ, അതേ വിളി, അതേ അജ്ഞാതമായ ആകർഷണം...

രണ്ട് ആത്മാക്കൾ, രണ്ട് ജീവിതങ്ങൾ പക്ഷേ ഒരേ വിധി.

അവർ പരസ്പരം കണ്ടിട്ടില്ല. എന്നാൽ സമയം അവരെ തമ്മിൽ അടുപ്പിച്ചുകൊണ്ടിരിക്കുകയായിരുന്നു.

കാലചക്രം തിരിയാൻ തുടങ്ങിയിരിക്കുന്നു!

2

തിരിച്ചറിവിന്റെ നൃത്തം

ചുവപ്പും സ്വർണവർണവും കലർന്ന സന്ധ്യാകാശം ഒരു ദിവ്യചിത്രം പോലെ വിരിഞ്ഞുകിടക്കുകയായിരുന്നു. കൊച്ചിയിലെ തിരക്കേറിയ തെരുവുകളിലൂടെ അനുപമ വേഗത്തിൽ നടന്നു. സമീപത്തെ ഭക്ഷണശാലകളിൽ നിന്ന് ഉയർന്നുവന്ന മസാലകളുടെ മണം അറബിക്കടലിൽ നിന്നെത്തിയ ഉപ്പുകലർന്ന കാറ്റിനൊപ്പം ലയിച്ചു.

അവളുടെ ഹൃദയം വേഗത്തിൽ മിടിക്കുകയായിരുന്നു. ചുറ്റുമുള്ള അന്തരീക്ഷത്തിന്റെ മായികസൗന്ദര്യം കൊണ്ടുമാത്രമല്ല, മുന്നിൽ എന്തോ അസാധാരണമായൊരു അനുഭവം കാത്തിരിക്കുന്നുവെന്ന പ്രതീക്ഷകൂടി അവളിലുണ്ടായിരുന്നു. സിവിക് ഓഡിറ്റോറിയത്തിന്റെ തിളങ്ങുന്ന നെയിംബോർഡ് അവൾ കണ്ടു. അത് അവളെ കൂടുതൽ അടുത്തേക്ക് വിളിക്കുന്നതുപോലെ തോന്നി.

അന്നത്തെ പരിപാടി അവളുടെ കലണ്ടറിലെ മറ്റൊരു സാംസ്കാരിക സായാഹ്നമാത്രമായിരുന്നില്ല. അത് സ്വന്തം ആത്മാവിന്റെ ആഴങ്ങളിലേക്ക് ഇറങ്ങിച്ചെല്ലാനുള്ള ഒരു ക്ഷണമായിരുന്നു. ജീവിതത്തിലെ ചില പ്രധാനപ്പെട്ട ഭാഗങ്ങൾ നഷ്ടപ്പെട്ടതുപോലെയാണ് അവൾക്ക് തോന്നിയിരുന്നത്. ഭരതനാട്യത്തിന്റെ സങ്കീർണ്ണമായ

ഭാവങ്ങളും ചുവടുകളും ആ നഷ്ടപ്പെട്ട ഭാഗങ്ങളെ കണ്ടെത്താൻ സഹായിച്ചേക്കുമെന്നൊരു മൗനപ്രതീക്ഷ അവളുടെ ഉള്ളിലുണ്ടായിരുന്നു.

ഓഡിറ്റോറിയത്തിനുള്ളിൽ ആവേശം നിറഞ്ഞിരുന്നു. കുടുംബങ്ങളും കലാസ്നേഹികളും ചെറിയ കൂട്ടങ്ങളായി സംസാരിച്ചുകൊണ്ടിരുന്നു. എല്ലാവരുടെയും മുഖത്ത് പ്രതീക്ഷയുടെ പ്രകാശം തെളിഞ്ഞുനിന്നു. അനുപമ ഒരു സീറ്റിൽ ഇരുന്നു. ബാഗ് കാലുകൾക്കരികിൽ വച്ചു. അവളുടെ ഹൃദയമിടിപ്പ് വീണ്ടും വേഗത്തിലായി. അൽപസമയംകൊണ്ട് ലൈറ്റുകൾ മങ്ങിത്തുടങ്ങി. ആളുകളുടെ സംഭാഷണശബ്ദം ക്രമേണ ഇല്ലാതായി. ഒരു ഗൗരവമുള്ള നിശ്ശബ്ദത ഹാളിനെ പൊതിഞ്ഞു.

തിരശ്ശീലക്കു പിന്നിൽ നിന്ന് ആദ്യ നർത്തകി വേദിയിലേക്ക് കടന്നുവന്ന നിമിഷം തന്നെ അന്തരീക്ഷം മാറി. ചുവപ്പും സ്വർണനിറവും കലർന്ന ഭരതനാട്യ വേഷത്തിൽ അവൾ അതിമനോഹരിയായി തോന്നി. തമ്പുരുവിന്റെ നാദം ഹാളിലാകെ മുഴങ്ങി. ആ ശബ്ദം അനുപമയുടെ നെഞ്ചിനുള്ളിൽ മറന്നുപോയ ഒരു ഹൃദയമിടിപ്പുപോലെ പ്രതിധ്വനിച്ചു. അവൾ മുന്നോട്ടാഞ്ഞിരുന്നു.

നർത്തകിയുടെ ഓരോ ചലനവും അത്ഭുതകരമായ ഒരു ഭാഷയായിരുന്നു. കാലത്തെയും സ്ഥലത്തെയും അതിജീവിക്കുന്ന ഒരു ഭാഷ. ഓരോ മുദ്രയും ആകാശത്തിൽ എഴുതപ്പെട്ട ഒരു കഥപോലെ. ഓരോ പാദസ്പർശവും ഭൂമിയുമായുള്ള ആദിമബന്ധത്തിന്റെ ഒരു ഓർമ്മപ്പെടുത്തൽപോലെ. അനുപമയുടെ ഉള്ളിൽ എന്തോ ഉണർന്നു. ആ നർത്തകി തന്റെ ആത്മാവിൽ മറഞ്ഞുകിടക്കുന്ന ഒരു കഥയുടെ താക്കോൽ കൈവശം വെച്ചിരിക്കുന്നതുപോലെ തോന്നി.

ഉയരുന്ന പുരികങ്ങൾ...

കൈമുട്ടുകളുടെ സൂക്ഷ്മചലനങ്ങൾ...

കാലുകളുടെ ശക്തിയും ലാവണ്യവും...

എല്ലാം ചേർന്ന് അവളെ ഒരു വിചിത്രമായ മയക്കത്തിലേക്ക് നയിച്ചു. സ്വന്തമല്ലാത്ത ചില ഓർമ്മകൾ അവളുടെ ബോധത്തിന്റെ അതിരുകളിൽ തെളിയാൻ തുടങ്ങി.

പരിചിതമെന്ന് തോന്നുന്ന വികാരങ്ങൾ.. .

അവ്യക്തമായ ആകാംക്ഷ...

വിശദീകരിക്കാനാവാത്ത ഒരു നഷ്ടബോധം...

അവളുടെ ഹൃദയം നൊമ്പരത്തിന്റെയും സ്നേഹത്തിന്റെയും മധുരവേദനയിൽ കുടുങ്ങിയതുപോലെ തോന്നി. പ്രകടനം മുന്നോട്ടുപോകുന്തോറും ഓഡിറ്റോറിയം അനുപമയ്ക്ക് ചുറ്റും അപ്രത്യക്ഷമാകുന്നതുപോലെ അനുഭവപ്പെട്ടു. വേദിയിൽ നർത്തകർ അവതരിപ്പിച്ചിരുന്നത് ഒരു വേർപിരിയലിന്റെ പുരാതനകഥയായിരുന്നു. വിധിയാൽ ബന്ധിക്കപ്പെട്ടിട്ടും കാലത്താൽ വേർതിരിക്കപ്പെട്ട രണ്ട് ആത്മാക്കളുടെ കഥ. പ്രധാന നർത്തകിയുടെ ഓരോ ഭാവത്തിനും അർത്ഥമുണ്ടായിരുന്നു. ഓരോ മുദ്രയും വാക്കുകളേക്കാൾ പഴക്കമുള്ള ഒരു ഭാഷ സംസാരിക്കുകയായിരുന്നു. ഓരോ ചലനവും അനുപമയുടെ ഹൃദയത്തിൽ വളരെ ആഴത്തിൽ മറഞ്ഞുകിടന്ന എന്തോ ഒന്നിനെ ഉണർത്തുന്നതുപോലെ തോന്നി. കാലിലെ ചിലങ്കകളുടെ ശബ്ദം ഹാളിലാകെ നിറഞ്ഞു. ചിലങ്കയുടെ ശബ്ദം തൻ്റെ കാതിൽ മുഴങ്ങിയപ്പോൾ പെട്ടെന്ന് അനുപമയ്ക്ക് തലകറക്കം അനുഭവപ്പെട്ടു.

വേദി മങ്ങിത്തുടങ്ങി. സംഗീതം അപ്പോഴും കേൾക്കുന്നുണ്ടായിരുന്നു. എന്നാൽ അത് വളരെ ദൂരെയെവിടെയോ നിന്നെത്തുന്നതുപോലെ തോന്നി. ഒരു തണുത്ത വിറയൽ അവളുടെ നട്ടെല്ലിലൂടെ കടന്നുപോയി.

അപ്പോൾ അവൾ അത് കണ്ടു.

ഓഡിറ്റോറിയമല്ല...

നർത്തകരുമല്ല...

പുരാതനമായ ഒരു ക്ഷേത്രം!

ആയിരക്കണക്കിന് എണ്ണവിളക്കുകളുടെ വെളിച്ചത്തിൽ കുളിച്ചുനിൽക്കുന്ന വലിയ കരിങ്കൽ തൂണുകൾ. അവയിൽ കൊത്തിവെച്ചിരുന്നത് ദിവ്യനർത്തകരുടെയും മരിച്ചുപോയ രാജാക്കന്മാരുടെയും രൂപങ്ങൾ. മുല്ലപ്പൂവിന്റെ സുഗന്ധം വായുവിൽ നിറഞ്ഞിരുന്നു. ദൂരെയെവിടെയോ മൃദംഗങ്ങളുടെ നാദം മുഴങ്ങുന്നുണ്ടായിരുന്നു. ആ കാഴ്ച അസാധാരണമായ യാഥാർത്ഥ്യമെന്ന് തോന്നി. ആളുകളുടെ ശബ്ദം അവൾക്ക് കേൾക്കാനായി. തന്റെ നഗ്നപാദങ്ങൾക്കടിയിൽ തണുത്ത കൽത്തറയുടെ സ്പർശം അനുഭവിക്കാനായി. അവൾ താഴേക്ക് നോക്കി. താൻ ഓഡിറ്റോറിയത്തിൽ ഇരിക്കുകയല്ലായിരുന്നു.

ക്ഷേത്രത്തിനുള്ളിൽ നിൽക്കുകയായിരുന്നു.

പട്ടുവസ്ത്രം ധരിച്ച്...

സ്വർണാഭരണങ്ങളാൽ അലങ്കരിക്കപ്പെട്ട്...

കാലുകളിൽ ചിലങ്കകൾ അണിഞ്ഞ്... അവൾ ഒരു നർത്തകിയായിരുന്നു. അനുപമയുടെ മനസ്സിലൂടെ മിന്നൽപോലെ ആ തിരിച്ചറിവ് കടന്നുപോയി. എന്നാൽ സംഭവിക്കുന്നത് എന്താണെന്ന് മനസ്സിലാക്കുന്നതിന് മുമ്പ്, മറ്റൊരാൾ അവളുടെ മുന്നിൽ പ്രത്യക്ഷപ്പെട്ടു.

നീണ്ട ഇടനാഴിയുടെ അറ്റത്ത് ഒരു യുവാവ് നിന്നിരുന്നു. നല്ല ഉയരം. ദൃഢമായ ശരീരഘടന. തോളോളം നീണ്ടുനിൽക്കുന്ന കറുത്ത മുടി. അവന്റെ കണ്ണുകൾ അവളിൽനിന്ന് ഒരുനിമിഷം പോലും മാറിയില്ല. അനുപമയുടെ ശ്വാസം നിലച്ചു.

അത് അവനായിരുന്നു!

അവളുടെ സ്വപ്നങ്ങളിൽ വീണ്ടും വീണ്ടും പ്രത്യക്ഷപ്പെട്ടിരുന്ന അതേ മുഖം. ആദ്യമായി അവൾ അവനെ വ്യക്തമായി കണ്ടു. ഒരു നിഴലല്ല, ഒരു മിന്നൽക്കാഴ്ചയുമല്ല, യഥാർത്ഥമായ ഒരാൾ. അല്ലെങ്കിൽ...ഒരു യഥാർത്ഥ ഓർമ്മ.

അവന്റെ കണ്ണുകളിൽ പറഞ്ഞറിയിക്കാനാവാത്ത ദുഃഖമുണ്ടായിരുന്നു. എന്നാൽ അതിനേക്കാൾ ശക്തമായി അവിടെ മറ്റൊന്നും ഉണ്ടായിരുന്നു. സ്നേഹം, മരണത്തെപ്പോലും അതിജീവിക്കാൻ കഴിയുന്നത്ര ആഴത്തിലുള്ള സ്നേഹം. അവൻ പതുക്കെ അവളുടെ നേരെ നടന്നു തുടങ്ങി.

അവർക്കിടയിലെ അകലം കുറഞ്ഞു.

അനുപമയുടെ ഹൃദയം നിയന്ത്രണം വിട്ട് മിടിച്ചു.

അവളുടെ ഉള്ളിലെ ഓരോ വികാരവും ജീവിതകാലം മുഴുവൻ അവളെ വേട്ടയാടിയ ചോദ്യങ്ങൾ ചോദിക്കാൻ അവന്റെ അടുത്തേക്ക് ഓടിച്ചെല്ലാൻ അവളെ പ്രേരിപ്പിച്ചു.

"നീ ആരാണ്?"

"എന്തുകൊണ്ടാണ് എനിക്ക് നിന്നെ അറിയാമെന്ന തോന്നൽ?"

"എന്തുകൊണ്ടാണ് എനിക്ക് നിന്നെ നഷ്ടമായതുപോലെ തോന്നുന്നത്?"

എന്നാൽ അവൾക്ക് ഒരു ചുവടുപോലും മുന്നോട്ട് വയ്ക്കാൻ കഴിയുന്നതിന് മുമ്പ് ക്ഷേത്രം വിറയ്ക്കാൻ തുടങ്ങി. ഭൂമിയെ നടുക്കുന്ന ഒരു ഭയങ്കര ശബ്ദം മുഴങ്ങി. നിലം ശക്തമായി കുലുങ്ങി. ഒന്നൊന്നായി എണ്ണവിളക്കുകൾ അണഞ്ഞുതുടങ്ങി. ഇരുട്ട് ജീവനുള്ള ഒരു സാന്നിധ്യത്തെപ്പോലെ എല്ലായിടത്തേക്കും വ്യാപിച്ചു.

അവൻ എന്തോ വിളിച്ചുപറഞ്ഞു. എന്നാൽ അവൾക്ക് അവന്റെ വാക്കുകൾ കേൾക്കാനായില്ല. ഒരു വാചകം മാത്രം അവളുടെ ചെവിയിലെത്തി.

ഒരു വാഗ്ദാനം.

ഒരു പ്രതിജ്ഞ.

"ഞാൻ നിന്നെ വീണ്ടും കണ്ടെത്തും."

അതോടെ എല്ലാം തകർന്നുവീണു.

അനുപമ ഞെട്ടലോടെ ശ്വാസം വലിച്ചു.

താൻ ഓഡിറ്റോറിയത്തിലാണ് എന്ന് അവൾ തിരിച്ചറിഞ്ഞു. നർത്തകർ അപ്പോഴും വേദിയിൽ പ്രകടനം തുടരുകയായിരുന്നു. പ്രേക്ഷകർ ഒന്നും അറിയാതെ പരിപാടിയിൽ മുഴുകിയിരിക്കുന്നു. ആർക്കും അസാധാരണമായി ഒന്നും സംഭവിച്ചതായി തോന്നിയില്ല. എന്നാൽ അനുപമയുടെ കൈകൾ വിറയ്ക്കുകയായിരുന്നു. ഹൃദയം നെഞ്ചിനുള്ളിൽ ശക്തമായി മിടിച്ചു. കണ്ണുകളിൽ നിന്ന് കണ്ണീർ ഒഴുകി. അവൾ പെട്ടെന്ന് അത് തുടച്ചുമാറ്റി.

'ഇപ്പോൾ എന്താണ് സംഭവിച്ചത്?'

'ഭാവനയോ?'

'സ്വപ്നമോ?'

'മായക്കാഴ്ചയോ?'

'അല്ലെങ്കിൽ മറ്റൊരു ജന്മത്തിലെ ഓർമ്മയോ?'

അവളുടെ ചിന്തകൾ മുഴുവൻ ആ അപരിചിതനായ യുവാവിനെ ചുറ്റിപ്പറ്റിയായിരുന്നു. ആദ്യമായി, അവൻ വെറും സ്വപ്നത്തിലെ കഥാപാത്രമല്ലെന്ന് അവൾക്ക് തോന്നി.

എവിടെയോ...

എപ്പോഴോ...

അവൻ യഥാർത്ഥത്തിൽ ജീവിച്ചിരുന്നു.

അവളുടെ ആത്മാവിൽ ഒരു ഭയാനകമായ ഉറപ്പ് വേരൂന്നാൻ തുടങ്ങി. ഒരിക്കൽ അവൾ അവനെ സ്നേഹിച്ചിരുന്നു. ഈ ജന്മം ആരംഭിക്കുന്നതിന് വളരെ മുമ്പ്....

നർത്തകിയുടെ ഓരോ ചുവടും അവളുടെ ആത്മാവിനെ കൂടുതൽ കൂടുതൽ ബന്ധിച്ചുകൊണ്ടിരുന്നു. പുരാതന താളങ്ങളും മുദ്രകളും അവളുടെ ഉള്ളിൽ നഷ്ടപ്പെട്ടുപോയ എന്തോ ഒന്നിന്റെ ഓർമ്മകൾ ഉണർത്തി.

'ഈ ചലനങ്ങൾ എനിക്ക് ഇത്ര പരിചിതമായി തോന്നുന്നത് എന്തുകൊണ്ട്? ഈ കലാരൂപം എന്റെ ഹൃദയത്തെ ഇത്ര ആഴത്തിൽ സ്പർശിക്കുന്നത് എന്തുകൊണ്ട്?' അവൾ സ്വയം ചോദിച്ചു. ഉത്തരം കണ്ടെത്താനാകാത്ത ചോദ്യങ്ങൾ അവളെ ചുറ്റിപ്പറ്റി.

എന്നാൽ ആ ആശയക്കുഴപ്പത്തിനിടയിലും ഒരു സത്യം വ്യക്തമായിരുന്നു. അവളുടെ ഉള്ളിൽ എന്തോ ഉണരുകയാണ്.

ദീർഘകാലമായി ഉറങ്ങിക്കിടന്ന എന്തോ...

മറന്നുപോയ ഒരു സത്യം...

നഷ്ടപ്പെട്ടുപോയ ഒരു ഓർമ്മ...

പുനർജന്മം തേടിയ ഒരു ആത്മാവിന്റെ വിളി...

സംഗീതത്തിന്റെ അവസാനസ്വരം വായുവിൽ അലിഞ്ഞുചേർന്നപ്പോൾ ഓഡിറ്റോറിയം മുഴുവൻ കരഘോഷത്താൽ മുഖരിതമായി. പ്രേക്ഷകർ എഴുന്നേറ്റുനിന്ന് അഭിനന്ദനം അറിയിച്ചു. വേദിയിലെ നർത്തകർ പുഞ്ചിരിയോടെ പ്രണാമം അർപ്പിച്ചു.

എന്നാൽ അനുപമ അപ്പോഴും തന്റെ സീറ്റിൽ നിശ്ചലയായി ഇരിക്കുകയായിരുന്നു. അവളുടെ ശ്വാസം അസ്വാഭാവികമായി ഭാരമുള്ളതായിരുന്നു. മനസ്സിൽ അപ്പോഴും ആ ക്ഷേത്രവും ആ യുവാവും മുഴങ്ങിക്കൊണ്ടിരുന്നു. അവൾ യാഥാർത്ഥ്യത്തിലേക്ക് മടങ്ങിവരാൻ ശ്രമിക്കുന്നതിനിടയിലാണ് സമീപത്ത് ഇരുന്നിരുന്ന മെഹ്റീൻ അവളുടെ നേരെ തിരിഞ്ഞത്.

മെഹ്റീന്റെ കണ്ണുകളിൽ ആവേശം തിളങ്ങി.

"അനൂ! അത്ഭുതകരമായിരുന്നില്ലേ?" അവൾ ചോദിച്ചു. "നിന്നെ കണ്ടപ്പോൾ നീ മറ്റൊരു ലോകത്തായിരുന്നു എന്ന് തോന്നി. സത്യം പറഞ്ഞാൽ, ഒരു നിമിഷം നീ പൂർണമായും മയങ്ങിപ്പോയതുപോലെ തോന്നി."

അനുപമ ഒരു മങ്ങിയ പുഞ്ചിരി സമ്മാനിച്ചു. പക്ഷേ അവളുടെ ഉള്ളിൽ കൊടുങ്കാറ്റ് വീശുകയായിരുന്നു.

"അതെ... സൂപ്പർ പെർഫോമൻസ്, അതിമനോഹരമായിരുന്നു." അവൾ പതുക്കെ പറഞ്ഞു. "പക്ഷേ... എന്തോ എന്നെ ആഴത്തിൽ സ്പർശിച്ചു. എന്റെ ഉള്ളിൽ നഷ്ടപ്പെട്ടുപോയ എന്തോ ഒന്നുണ്ട് എന്ന തോന്നൽ. ഞാൻ മറന്നുപോയ ഒരു ഭാഗം എന്നെ വിളിക്കുന്നതുപോലെ."

മെഹ്റീൻ അവളുടെ കൈ മൃദുവായി പിടിച്ചു. ആ സ്പർശത്തിൽ സുഹൃത്തിന്റെ കരുതലും സ്നേഹവും നിറഞ്ഞിരുന്നു. "ഒരുപക്ഷേ അതായിരിക്കാം നിന്റെ വിളി." അവൾ പതിയെ പറഞ്ഞു. "നൃത്തം പഠിക്കാനുള്ള ഒരു വിളി."

അനുപമ അത്ഭുതത്തോടെ അവളെ നോക്കി. "നൃത്തമോ?"

"അതെ!" മെഹ്റീൻ ആവേശത്തോടെ തുടർന്നു. "നീ ഓരോ ചുവടും ഓരോ ഭാവവും എത്ര ശ്രദ്ധയോടെ നോക്കിയെന്ന് ഞാൻ കണ്ടു. അത് വെറും ആസ്വാദനം മാത്രമല്ല. അതിൽക്കൂടുതൽ എന്തോ ഉണ്ടായിരുന്നു." "എനിക്ക് തോന്നുന്നത് ഭരതനാട്യം നിന്നെ വിളിക്കുകയാണ്."

ആ വാക്കുകൾ അനുപമയുടെ ഹൃദയത്തിൽ പ്രതിധ്വനിച്ചു.

ഭരതനാട്യം... അവൾക്ക് പെട്ടെന്ന് ആ ചിലങ്കകളുടെ ശബ്ദം വീണ്ടും കേൾക്കുന്നുവെന്ന് തോന്നി.

ആ ക്ഷേത്രം...

ആ യുവാവ്...

ആ വിചിത്രമായ ഓർമ്മകൾ...

എല്ലാം വീണ്ടും മനസ്സിൽ തെളിഞ്ഞുവന്നു.

എന്നാൽ അതോടൊപ്പം ഭയവും ഉയർന്നു.

"എനിക്ക് അതിനുള്ള കഴിവില്ലെങ്കിൽ?" അവൾ മന്ദമായി ചോദിച്ചു.

മെഹ്റീൻ ചിരിച്ചു. "ഭരതനാട്യം കഴിവുള്ളവർക്കു മാത്രമുള്ളതല്ല, അനൂ. അത് ആത്മാവിനെ പ്രകടിപ്പിക്കാനുള്ള ഒരു വഴിയാണ്. സ്വന്തം സത്യത്തെ കണ്ടെത്താനുള്ള ഒരു യാത്ര."

ആ വാക്കുകൾ അനുപമയുടെ മനസ്സിൽ ആഴത്തിൽ പതിഞ്ഞു.

ജീവിതത്തിൽ പല നേട്ടങ്ങളും നേടിയിട്ടുണ്ടെങ്കിലും, സ്വന്തം ആത്മാവിന്റെ ശബ്ദം കേൾക്കാൻ അവൾ ഒരിക്കലും സമയം കണ്ടെത്തിയിരുന്നില്ല.

കരിയർ...

ജോലി...

ലക്ഷ്യങ്ങൾ...

ഉത്തരവാദിത്തങ്ങൾ...

അവയൊക്കെയായിരുന്നു ഇതുവരെ അവളുടെ ലോകം.

പക്ഷേ ഇപ്പോൾ എന്തൊക്കെയോ മാറിയിരിക്കുന്നു.

അവളുടെ ഉള്ളിൽ ഒരു ചെറിയ തീപ്പൊരി തെളിഞ്ഞിരുന്നു. അതിനെ അവഗണിക്കാൻ ഇനി അവൾക്ക് കഴിഞ്ഞില്ല. അൽപ്പനേരം നിശ്ശബ്ദമായി നിന്ന ശേഷം അവൾ തല ഉയർത്തി.

കണ്ണുകളിൽ പുതിയൊരു ദൃഢനിശ്ചയം തെളിഞ്ഞിരുന്നു.

"ശരി." അവൾ പറഞ്ഞു. "ഞാൻ ഒരു ഭരതനാട്യ ക്ലാസിൽ ചേരാം."

ആ വാക്കുകൾ ഉച്ചരിച്ച നിമിഷം തന്നെ അവളുടെ ഉള്ളിൽ ഒരു വിചിത്രമായ ഊർജ്ജം നിറഞ്ഞൊഴുകി. ഭയവും ആവേശവും ഒരേസമയം അവളെ കീഴടക്കി. എന്നാൽ ഏറെ നാളുകൾക്ക് ശേഷം ആദ്യമായി അവൾക്ക് താൻ ശരിയായ

ദിശയിലേക്ക് നടക്കുകയാണെന്ന തോന്നൽ ഉണ്ടായി.

ഓഡിറ്റോറിയത്തിൽ നിന്ന് പുറത്തേക്കിറങ്ങിയപ്പോൾ കൊച്ചിയുടെ രാത്രി സജീവമായിരുന്നു. തെരുവ് വിളക്കുകൾ സ്വർണരേഖകളായി നീണ്ടുകിടന്നു. ദൂരെയെവിടെയോ ആളുകളുടെ ചിരികൾ മുഴങ്ങി. അറബിക്കടലിൽ നിന്നെത്തിയ കാറ്റ് അവളുടെ മുഖത്തെ തഴുകി. അനുപമയ്ക്ക് അസാധാരണമായ ഒരു ലാഘവം അനുഭവപ്പെട്ടു. വർഷങ്ങളായി ചുമന്നിരുന്ന അദൃശ്യഭാരം അല്പം കുറഞ്ഞതുപോലെ. ഭരതനാട്യത്തിന്റെ പവിത്രമായ ചുവടുകളിൽ ആ രഹസ്യം പതിയെ വെളിപ്പെടാൻ പോകുകയായിരുന്നു.

മെഹ്റീന്റെ ചിരി വീണ്ടും അവളെ യാഥാർത്ഥ്യത്തിലേക്ക് കൊണ്ടുവന്നു.

അനുപമ പുഞ്ചിരിച്ചു.

കൊച്ചിയുടെ രാത്രിവെളിച്ചങ്ങൾക്കിടയിലൂടെ ഇരുവരും നടന്നു. അനുപമയുടെ മനസ്സിൽ അപ്പോഴും തമ്പുരുവിന്റെ നാദം മുഴങ്ങിക്കൊണ്ടിരുന്നു. ചിലങ്കകളുടെ മൃദുലശബ്ദം അവളുടെ ഓർമ്മകളിൽ പ്രതിധ്വനിച്ചു. അവൾ അനിശ്ചിതത്വത്തിന്റെ ഇരുണ്ട പാതയിലേക്ക് ഒരു ചുവടുവെച്ചു. എന്നാൽ ആ ഇരുട്ടിനപ്പുറം അവളെ കാത്തിരുന്നത് ഭയം മാത്രമായിരുന്നില്ല.

കാലത്തിന്റെ മറവിൽ ഒളിഞ്ഞുകിടക്കുന്ന ഒരു സത്യം.

മറന്നുപോയ ഒരു പ്രണയം.

ഒരു പുരാതന വാഗ്ദാനം.

അവളുടെ ജീവിതത്തെ എന്നെന്നേക്കുമായി മാറ്റിമറിക്കാൻ പോകുന്ന ഒരു വിധി.

അങ്ങനെ, പുതിയ പ്രതീക്ഷയോടും അജ്ഞാതമായ ഭാവിയോടുമൊപ്പം, അനുപമ തന്റെ ആത്മാവിന്റെ രഹസ്യങ്ങളിലേക്കുള്ള യാത്ര ആരംഭിച്ചു.

3

ഭൂതകാലത്തിന്റെ ചുരുളഴിയൽ

നൃത്തപരിശീലനശാലയുടെ ശാന്തമായ അന്തരീക്ഷത്തിൽ തബലയുടെ മൃദുലമായ താളം മുഴങ്ങിക്കൊണ്ടിരുന്നു. ആ ശബ്ദം അനുപമയുടെ നെഞ്ചിനുള്ളിൽ ഒരു ഹൃദയമിടിപ്പുപോലെ പ്രതിധ്വനിച്ചു. ചന്ദനത്തിരിയുടെ സുഗന്ധവും മുല്ലപ്പൂവിന്റെ മണവും മുറിയിൽ നിറഞ്ഞിരുന്നു. അത് അവൾക്ക് ഒരു സുഖകരമായ അനുഭവം നൽകി.

നൃത്തഗുരുവിനെ എല്ലാവരും നടരാജൻ എന്നായിരുന്നു വിളിച്ചിരുന്നത്. ശരിയായ പേര് വേറെന്തോ ആണ്. അദ്ദേഹത്തിന്റെ സൂക്ഷ്മമായ നിരീക്ഷണത്തിനുകീഴിൽ, തലമുറകളായി കൈമാറിയ കലാപാരമ്പര്യത്തിന്റെ ചുവടുകൾ അഭ്യസിച്ചുകൊണ്ട് നിൽക്കുമ്പോൾ, അനുപമ ഒരു നൃത്തക്ലാസിലേക്കല്ല, മറിച്ച് അത്ഭുതകരമായി പരിചിതമെന്നു തോന്നുന്ന മറ്റൊരു ലോകത്തിലേക്കായിരുന്നു കടന്നുചെന്നത്.

പരിശീലനത്തിന്റെ തുടക്കത്തിൽ, ഭിത്തിയോളം ഉയരമുള്ള കണ്ണാടിയുടെ മുന്നിൽ അവൾ നിന്നു. ഭരതനാട്യത്തിന്റെ അടിസ്ഥാനഭാവങ്ങൾ അനുകരിക്കാൻ ശ്രമിക്കുന്ന തന്റെ ശരീരചലനങ്ങൾ അവൾ ശ്രദ്ധാപൂർവ്വം നിരീക്ഷിച്ചു. ഓരോ

ഭാവവും അവളുടെ അസ്ഥികളിൽ വരെ പതിഞ്ഞുകിടക്കുന്ന ഏതോ രഹസ്യങ്ങളെ ഉണർത്തുന്നതുപോലെ തോന്നി. ഇതുവരെ പൂർണ്ണമായി മനസ്സിലാക്കാൻ കഴിഞ്ഞിട്ടില്ലാത്ത ഒരാളുടെ ഓർമ്മകൾ അവളുടെ ബോധത്തിന്റെ അരികുകളിൽ നൃത്തം ചെയ്യുന്നതുപോലെ.

ആഴത്തിൽ ശ്വാസമെടുത്ത് അവൾ കൈ ഉയർത്തി. മനോഹരമായ ഒരു വളവ് രൂപപ്പെടുത്തിയപ്പോൾ നടരാജൻ നിർദ്ദേശിച്ചു. "മുട്ടുകൾ മടക്കൂ... കുറച്ചുകൂടി താഴേക്ക്..."

അവൾ ആ നിലയിലേക്ക് താഴ്ന്നു.

"കൊള്ളാം, നന്നായിട്ടുണ്ട്. " നടരാജൻ പറഞ്ഞു. അദ്ദേഹത്തിന്റെ ശബ്ദത്തിൽ ഒരേസമയം മൃദുത്വവും അധികാരവും ഉണ്ടായിരുന്നു.

"ഇനി സംഗീതത്തെ നിന്നിലൂടെ ഒഴുകാൻ അനുവദിക്കൂ. അത് ഒരു കഥ പറയുന്നതുപോലെ കേൾക്കൂ."

"നീ വെറും ഒരു നർത്തകിയല്ല. കഥകളെ ജീവിപ്പിക്കുന്ന ആത്മാവാണ്."

ഓരോ താളവും അവളുടെ ഉള്ളിൽ ഒരു തീപ്പൊരി തെളിയിച്ചു. വർഷങ്ങളായി അവളെ അലട്ടിയിരുന്ന ഭയങ്ങളും സംശയങ്ങളും പതുക്കെ അകലാൻ തുടങ്ങി. എന്നാൽ ആ ആവേശത്തിനൊപ്പം ആ ചോദ്യം വീണ്ടും ഉയർന്നു.

"ഞാൻ യഥാർത്ഥത്തിൽ ആരാണ്." ആ ചിന്ത വീണ്ടും വീണ്ടും അവളെ വേട്ടയാടി. നൃത്തച്ചുവടുകൾ മാറിക്കൊണ്ടിരിക്കുമ്പോൾ കാലത്തിന്റെ നൂലിഴകൾ അവളെ ചുറ്റിപ്പിണയുന്നതുപോലെ തോന്നി.

'ഞാൻ വെറുമൊരു നൃത്തപരിശീലനം നടത്തുകയാണോ?'

'അല്ലെങ്കിൽ അതിനേക്കാൾ ആഴത്തിലുള്ള എന്തോ ഒന്നിനെ സ്പർശിക്കുകയാണോ?'

പുറത്ത് കളിക്കുന്ന കുട്ടികളുടെ ശബ്ദം ഇടയ്ക്കിടെ അവളെ യാഥാർത്ഥ്യത്തിലേക്ക് തിരികെ കൊണ്ടുവന്നു.

എന്നാൽ സംഗീതത്തിലെ ഓരോ താളവും വീണ്ടും അവളെ ആ മായികലോകത്തിലേക്ക് വലിച്ചിഴച്ചു. നൃത്തം അവൾക്ക് സ്വാതന്ത്ര്യത്തിന്റെ അനുഭവം നൽകിയിരുന്നുവെങ്കിലും, മനസ്സിന്റെ അടിത്തട്ടിൽ ഒരു ഭയം വളരുകയായിരുന്നു. അടഞ്ഞ കണ്ണുകൾക്കുള്ളിൽ സന്ധ്യാസമയത്തെ നിഴലുകൾപോലെ മിന്നിമറയുന്ന ഓർമ്മകളെ നേരിടേണ്ടി വരുമോ എന്ന ഭയമായിരുന്നു.

അവളുടെ ബുദ്ധിമുട്ട് നടരാജൻ ശ്രദ്ധിച്ചു.

“കണ്ണുകൾ അടയ്ക്കൂ.” അദ്ദേഹം മൃദുവായി പറഞ്ഞു.

അനുപമ അനുസരിച്ചു.

“ഇനി നൃത്തം ചെയ്യൂ. സംഗീതം നിന്നെ നയിക്കട്ടെ. നിന്നെ ചുറ്റിപ്പറ്റിയിരിക്കുന്ന ശൂന്യതയെ അനുഭവിക്കൂ. അതുതന്നെയാണ് നിന്റെ വേദി.”

അവൾ സ്വയം സംഗീതത്തിന് സമർപ്പിച്ചു.

തബലയുടെ താളം ശക്തമായി.

കടൽത്തീരത്തേക്ക് അടിച്ചുകയറുന്ന തിരമാലകളെപ്പോലെ....

പെട്ടെന്ന് ഒരു ദൃശ്യം അവളെ പൂർണ്ണമായും കീഴടക്കി.

സ്വർണ്ണപ്പട്ടുസാരി ധരിച്ച ഒരു യുവതി.

മുല്ലപ്പൂക്കളാൽ അലങ്കരിച്ച മനോഹരമായ മുടിയിഴകൾ.

ജീവനും വികാരവും നിറഞ്ഞ കണ്ണുകൾ.

അവൾ സംസാരിക്കുന്ന ഭാഷ അനുപമയ്ക്ക് മനസ്സിലാക്കാൻ കഴിയുന്നതുപോലെ തോന്നി.

മധുരമായ തമിഴ് മൊഴി.

അത് മീനാക്ഷിയായിരുന്നു!

ഒരു മിന്നൽവേഗത്തിൽ ആ ജീവിതത്തിന്റെ ദൃശ്യങ്ങൾ അവളെ കീഴടക്കി.

അനുപമ ഇനി അനുപമയല്ലായിരുന്നു.

അവൾ മീനാക്ഷിയായി മാറി.

മിനുസമുള്ള മരത്തറയിലൂടെ ഹൃദയമിടിപ്പിന്റെ താളത്തിൽ അവളുടെ കാൽവിരലുകൾ നീങ്ങി.

പരിശീലനശാല അപ്രത്യക്ഷമായി. അതിന്റെ സ്ഥാനത്ത് നിറങ്ങളും സുഗന്ധങ്ങളും നിറഞ്ഞ ഒരു വിശാലമുറ്റം പ്രത്യക്ഷപ്പെട്ടു.

ചിരികളുടെ ശബ്ദം...

സംഗീതം...

ദൂരെയെവിടെയോ ക്ഷേത്രമണികളുടെ നാദം. എല്ലാം ജീവനുള്ളതുപോലെ.

“നൃത്തം ചെയ്യൂ, മീനാക്ഷി!” ഒരു പരിചിതമായ ശബ്ദം മുഴങ്ങി. നീ ശരിക്കും ആരാണെന്ന് കാണിച്ചുകൊടുക്കൂ!”

ആ ശബ്ദം അവളുടെ ആത്മാവിന്റെ ആഴങ്ങളിൽ നിന്നുയരുന്നതുപോലെ തോന്നി.

പക്ഷേ...

‘അവൻ’ ആരായിരുന്നു?’ അവളുടെ മനസ്സിൽ ചോദ്യങ്ങൾ ചുഴലിക്കാറ്റുപോലെ ഉയർന്നു.

അതേ സമയം മറ്റൊരു പുരുഷസാന്നിധ്യം അടുത്തുണ്ടെന്ന് അവൾ അനുഭവിച്ചു.

തീവ്രമായ ദൃഷ്ടിയുള്ള ഒരാൾ. ആ കണ്ണുകളിൽ ആദരവുമുണ്ടായിരുന്നു. അതിലും കൂടുതൽ...

ആഗ്രഹവും.

“വരദരാജൻ...?”

ആ നിമിഷത്തിൽ അനുപമ വിരൽത്തുമ്പുകളിൽ നിന്നുകൊണ്ട് ശക്തമായി കറങ്ങി. വസ്ത്രത്തിന്റെ അറ്റങ്ങൾ കാറ്റിൽ പറന്നു. അവളുടെ ഭൂതകാലത്തിന്റെ താളങ്ങളും പറയാതെപോയ വികാരങ്ങളുടെ വേദനയും ആ നിമിഷത്തെ നിറച്ചു.

എന്നാൽ അടുത്ത നിമിഷം...

ഒരു ഭീകരമായ തിരമാല അവിടേക്ക് അലയടിച്ചു.

നിറങ്ങൾ മാഞ്ഞു.

ദൃശ്യങ്ങൾ ഇരുട്ടിൽ അലിഞ്ഞു.

അനുപമ ശ്വാസം കിട്ടാതെ നിശ്ചലയായി.

കണ്ണുകൾ നിറഞ്ഞൊഴുകി.

ഓർമ്മകൾ വിരലുകൾക്കിടയിലൂടെ ഉതിർന്നുപോകുന്ന മണൽത്തരികളെപ്പോലെ അപ്രത്യക്ഷമായി.

അൽപ്പസമയത്തിനുശേഷം സംഗീതം പതുക്കെ നിലച്ചു.

അനുപമ മെല്ലെ കണ്ണുകൾ തുറന്നു.

അവൾ നൃത്ത പരിശീലനശാലയിലായിരുന്നു.

മുൻപിൽ നടരാജൻ ശാന്തനായി നിന്നു.

അദ്ദേഹത്തിന്റെ കണ്ണുകൾ അവളെ സൂക്ഷ്മമായി നിരീക്ഷിക്കുകയായിരുന്നു.

“എന്താണ് കണ്ടത്?” അദ്ദേഹം ചോദിച്ചു. ആ ശബ്ദത്തിൽ ആകാംക്ഷയുണ്ടായിരുന്നു, എന്നാൽ അതിനൊപ്പം ഒരു വിചിത്രമായ ഗൗരവവും.

അനുപമയുടെ ഹൃദയം അപ്പോഴും വേഗത്തിൽ മിടിക്കുകയായിരുന്നു. “ഞാൻ... ഞാൻ മറ്റാരോ ആയിരുന്നു എന്ന് തോന്നുന്നു...” അവൾ വിക്കിപ്പറഞ്ഞു. “ഒരു സ്ത്രീ... ഒരു നർത്തകി... അവളുടെ പേര്...”

അവൾ നിശ്ശബ്ദയായി.

ആ പേര് നാവിന്റെ തുമ്പിലെത്തിയെങ്കിലും പറയാൻ അവൾക്ക് കിട്ടിയില്ല.

നടരാജൻ ചെറുതായി തലകുലുക്കി. “ഇത് അസാധാരണമല്ല.” അദ്ദേഹം പറഞ്ഞു. “ഭരതനാട്യം വെറും നൃത്തമല്ല. ഇത് തലമുറകളിലൂടെ ഒഴുകി ആത്മാക്കളുടെ ഓർമ്മകളിലേക്കുള്ള ഒരു പാലമാണ്. ചിലപ്പോൾ നർത്തകർ തങ്ങളേക്കാൾ പഴയ കഥകളെ സ്പർശിക്കും. ചിലപ്പോൾ അവർ മുൻജന്മങ്ങളുടെ പ്രതിധ്വനികൾ കാണുകയും ചെയ്യും.”

അനുപമ മൗനയായി കേട്ടിരുന്നു.

അദ്ദേഹത്തിന്റെ വാക്കുകൾ ആശ്വാസം നൽകേണ്ടതായിരുന്നു. പക്ഷേ അത് അവളെ കൂടുതൽ അസ്വസ്ഥയാക്കി.

കുറച്ചുനേരം നടരാജൻ ഒന്നും പറഞ്ഞില്ല. അദ്ദേഹത്തിന്റെ കണ്ണുകൾ അവളിൽ തന്നെ പതിഞ്ഞുനിന്നു. ഒരു ഗുരു ശിഷ്യയെ നോക്കുന്നതുപോലെയല്ല. ഒരു രഹസ്യത്തെ പഠിക്കുന്നതുപോലെ. വളരെക്കാലമായി കാത്തിരുന്ന ഒരു രഹസ്യത്തെ!

പുറത്ത് മഴ പെയ്യാൻ തുടങ്ങി. ഓടുമേഞ്ഞ മേൽക്കൂരയിൽ മഴത്തുള്ളികൾ പതിക്കുന്ന ശബ്ദം കേൾക്കാമായിരുന്നു.

പെട്ടെന്ന് നടരാജൻ ചോദിച്ചു. "നീ ആ സ്ഥലം പലതവണ കണ്ടിട്ടുണ്ടല്ലോ?"

അനുപമ ഞെട്ടി. ഒരു തണുപ്പ് അവളുടെ ശരീരത്തിലൂടെ കടന്നുപോയി. "നിങ്ങൾക്ക് എങ്ങനെ അറിയാം?"

നടരാജൻ മറുപടി പറഞ്ഞില്ല. അദ്ദേഹം മുറിയുടെ മൂലയിലുണ്ടായിരുന്ന പഴയ അലമാരയെ ലക്ഷ്യമാക്കി നടന്നു. കാലപ്പഴക്കം അതിന്റെ മേൽപ്പുറത്ത് വ്യക്തമായിരുന്നു. അദ്ദേഹം ചില പഴയ പുസ്തകങ്ങൾ മാറ്റിവെച്ച് ഒരു തുകൽ കെട്ടുള്ള പുസ്തകം പുറത്തെടുത്തശേഷം അവളുടെ അടുത്തേക്ക് വന്നു.

അതിന്റെ താളുകൾ മഞ്ഞനിറമായിരുന്നു.

ശ്രദ്ധയോടെ അദ്ദേഹം അത് തുറന്നു.

അകത്ത് നിരവധി ചിത്രങ്ങളുണ്ടായിരുന്നു.

പുരാതന ക്ഷേത്രത്തൂണുകൾ.

ഭരതനാട്യ ഭാവങ്ങൾ.

അനുപമയ്ക്ക് മനസ്സിലാകാത്ത ചില ചിഹ്നങ്ങൾ.

പെട്ടെന്ന് അവളുടെ കണ്ണുകൾ ഒരു ചിത്രത്തിൽ പതിഞ്ഞു. അവൾ ശ്വാസമെടുക്കാൻ പോലും മറന്നു.

ഒരു വൃത്താകൃതിയിലുള്ള ചിഹ്നം. അതിനെ ചുറ്റി നൃത്തം ചെയ്യുന്ന രൂപങ്ങൾ.

അത് കൃത്യമായി അതേ ചിഹ്നമായിരുന്നു. അമ്മയുടെ പഴയ മരപ്പെട്ടിയിൽ കണ്ട ലോക്കറ്റിൽ കൊത്തിവെച്ചിരുന്ന അതേ അടയാളം. അവളുടെ വിരലുകൾ വിറച്ചു.

“ഇത്... എവിടെ നിന്നാണ് കിട്ടിയത്?” അവൾ പതുക്കെ ചോദിച്ചു.

നടരാജന്റെ മുഖം ഗൗരവമായി. “ഈ ചിഹ്നം തകർന്നുപോയ ഒരു ക്ഷേത്രത്തിന്റേതാണ്.”

“തകർന്നുപോയതോ?”

“അതെ. ഏകദേശം നാന്നൂറ് വർഷങ്ങൾക്ക് മുമ്പ് അത് നശിച്ചു.”

അനുപമ വിശ്വസിക്കാനാകാതെ അദ്ദേഹത്തെ നോക്കി. “നശിച്ചോ?”

“അതെ...” അദ്ദേഹത്തിന്റെ ശബ്ദം ഒരു മന്ത്രണംപോലെ താഴ്ന്നു. "പ്രാദേശിക ഐതിഹ്യങ്ങൾ പ്രകാരം, ആ ക്ഷേത്രം തകർന്നുവീണ രാത്രിയിൽ ഒരു പ്രശസ്ത നർത്തകിയും അപ്രത്യക്ഷയായി.”

മുറിയിലെ വായു പെട്ടെന്ന് ഭാരമുള്ളതുപോലെ തോന്നി.

അനുപമയുടെ ഹൃദയം ശക്തമായി മിടിച്ചു. “അവളുടെ.. പേര് എന്തായിരുന്നു?”അവൾ ചോദിച്ചു.

നടരാജൻ നേരെ അവളുടെ കണ്ണുകളിലേക്ക് നോക്കി. അൽപ്പനേരം ഒന്നും പറഞ്ഞില്ല. പിന്നീട് പതുക്കെ ഉച്ചരിച്ചു.

“മീനാക്ഷി.”

ലോകം ഒരുനിമിഷം നിലച്ചുപോയതുപോലെ അവൾക്ക് തോന്നി. അനുപമയുടെ ശ്വാസം മുട്ടി.

മീനാക്ഷി!

ആ പേര് അവളുടെ മനസ്സിൽ മുഴങ്ങി.

അവളുടെ ദർശനങ്ങളിൽ കേട്ട അതേ പേര്.

സ്വപ്നങ്ങളിൽ വീണ്ടും വീണ്ടും പ്രത്യക്ഷപ്പെട്ട അതേ പേര്.

പുറത്ത് മഴ ശക്തമായി. ഇടിമുഴക്കം ആകാശത്തെ കീറിമുറിക്കുന്നത് പോലെ തോന്നി.

നടരാജൻ പതുക്കെ പുസ്തകം അടച്ചു. "ചില വാതിലുകൾ തുറക്കുന്നത് ജിജ്ഞാസ കൊണ്ടാണ്. മറ്റുചിലത് തുറക്കുന്നത് വിധിയാണ്." അദ്ദേഹം പതിയെ പറഞ്ഞു.

അവൾ അദ്ദേഹത്തിന്റെ കണ്ണുകളിലേക്ക് നോക്കി. ഇത്തവണ ആ കണ്ണുകളിൽ ഒരു മുന്നറിയിപ്പുണ്ടായിരുന്നു.

"ഒരിക്കൽ തുറന്നാൽ....ആ വാതിലുകൾ വീണ്ടും ഒരിക്കലും അടയ്ക്കാനാവില്ല."

ആ വാക്കുകൾ അനുപമയുടെ ഹൃദയത്തിൽ ഭാരമായി പതിച്ചു.

താൻ വെറും നൃത്തം പഠിക്കുകയല്ല. കാലത്തിന്റെ മറവിൽ ഒളിഞ്ഞുകിടക്കുന്ന ഒരു രഹസ്യത്തിലേക്കാണ് പതിയെ പ്രവേശിച്ചുകൊണ്ടിരിക്കുന്നത് എന്ന് അവൾ തിരിച്ചറിഞ്ഞു. 'മീനാക്ഷി. ഒരുപക്ഷേ... എന്റെ കഴിഞ്ഞ ജന്മത്തിലെ പേരായിരിക്കാം.' അവൾ സ്വയം ചിന്തിച്ചു.

പരിശീലനദിവസങ്ങൾ കടന്നുപോയി. ഓരോ സായാഹ്നവും അനുപമയ്ക്ക് നൃത്തപരിശീലനം മാത്രമായിരുന്നില്ല; മറിച്ച് സ്വന്തം ആത്മാവിന്റെ മറഞ്ഞുകിടക്കുന്ന അധ്യായങ്ങൾ തുറന്നുകാട്ടുന്ന ഒരു യാത്രയായി മാറി. അതോടൊപ്പം ചില സമയങ്ങളിൽ അവളെ അലട്ടുന്ന ഒരു ചോദ്യവും വളർന്നു.

'ഞാൻ യഥാർത്ഥത്തിൽ ഒരു സത്യത്തെ തേടുകയാണോ?' അല്ലെങ്കിൽ ഭാവനയുടെ വലയത്തിൽ കൂടുതൽ കൂടുതൽ കുടുങ്ങുകയാണോ?'

എന്നാൽ നൃത്തം തുടരുന്തോറും അവളുടെ ആത്മവിശ്വാസം വർധിച്ചു.

മീനാക്ഷിയുടെ ദർശനങ്ങൾ ഇനി വെറും മങ്ങിയ കാഴ്ചകളായിരുന്നില്ല. അവ സന്തോഷത്തിന്റെയും വേദനയുടെയും പ്രണയത്തിന്റെയും നഷ്ടത്തിന്റെയും ജീവനുള്ള അനുഭവങ്ങളായി മാറിത്തുടങ്ങി.

കുറച്ച് ദിവസങ്ങൾക്കുശേഷം, അസ്തമയസൂര്യന്റെ സ്വർണപ്രകാശം പരിശീലനശാലയുടെ ജനലുകളിലൂടെ ഒഴുകിയെത്തുമ്പോൾ, അനുപമയ്ക്ക് വീണ്ടും ആ പരിചിതമായ അസ്വസ്ഥത അനുഭവപ്പെട്ടു. അവൾ കൂടുതൽ ശക്തിയോടെ നൃത്തം ചെയ്തു.

കൂടുതൽ വേഗത്തിൽ...

കൂടുതൽ തീവ്രതയോടെ...

അവൾക്ക് ഉത്തരങ്ങൾ വേണമായിരുന്നു. അവളുടെ ആത്മാവിനെ മൂടിയിരുന്ന നിശ്ശബ്ദത തകർക്കുന്ന എന്തെങ്കിലും. സങ്കീർണ്ണമായ പാദചലനങ്ങൾ തുടർച്ചയായി അവതരിപ്പിക്കവേ പെട്ടെന്ന് ലോകം വീണ്ടും മങ്ങിത്തുടങ്ങി.

അവളുടെ ഹൃദയമിടിപ്പ് മറ്റൊരു കാലഘട്ടത്തിലെ അദൃശ്യഹൃദയമിടിപ്പുമായി ഒന്നായതുപോലെ തോന്നി. ഒരു നിമിഷം കൊണ്ട് ദൃശ്യങ്ങൾ അവളുടെ ബോധത്തെ കീഴടക്കി.

ജനത്തിരക്കേറിയ ഒരു ചന്ത...

പൂക്കളാൽ അലങ്കരിക്കപ്പെട്ട ക്ഷേത്രം...

ആയിരക്കണക്കിന് എണ്ണവിളക്കുകളുടെ പ്രകാശം...

ഒരേസമയം തെളിയുന്ന ജ്വാലകൾ...

പിന്നെ... അവൾ വീണ്ടും മീനാക്ഷിയായി. ഭാഗ്യത്തിന്റെ അദൃശ്യനൂലുകളാൽ തന്നെ തേടി നടക്കുന്ന കാർത്തികേയനുമായും വരദരാജനുമായും ബന്ധിക്കപ്പെട്ടവളായി. നൂറ്റാണ്ടുകൾ നീണ്ട ദുഖത്തിൽ നിന്ന് മോചനം നേടാൻ പരിശ്രമിക്കുന്നവളായി. പക്ഷേ ദർശനം വന്ന അതേ വേഗത്തിൽ അപ്രത്യക്ഷമായി.

അവളുടെ കൈകൾ വിറച്ചു.

ശ്വാസം നിയന്ത്രണാതീതമായി.

അനുപമ നിലത്തേക്ക് വീഴുന്നതുപോലെ തളർന്നു.

അവൾക്ക് ഒരു കാര്യം വ്യക്തമായിരുന്നു.

വിധി നൃത്തം ചെയ്യുക മാത്രമല്ല. ചരിത്രത്തിന്റെ ഭാരം മനസ്സിലാക്കുക കൂടിയാണ്. പരിശീലനം ഇനി ഒരു കലാപഠനമല്ലായിരുന്നു. ഒരു ആത്മാന്വേഷണമായി മാറിയിരുന്നു. അതേസമയം അവളെ ഭയപ്പെടുത്തുകയും ആകർഷിക്കുകയും ചെയ്യുന്ന ഒരു അജ്ഞാതശക്തി അവളെ മുന്നോട്ട് നയിച്ചുകൊണ്ടിരുന്നു.

"പോരാട്ടത്തിനുള്ളിൽ സമാധാനം കണ്ടെത്തൂ, അനുപമ." പരിശീലനം അവസാനിക്കുമ്പോൾ നടരാജൻ പറഞ്ഞു.

അവൾ തലകുലുക്കി.

പക്ഷേ മനസ്സിൽ കൊടുങ്കാറ്റ് തുടർന്നു.

ഭൂതകാലത്തിന്റെ നിഴലുകൾ അപ്പോഴും അവളെ വിട്ടുപോകാൻ തയ്യാറായിരുന്നില്ല.

അവൾ തുറന്ന വാതിലിനപ്പുറം എന്താണ് കാത്തിരിക്കുന്നത് എന്നറിയാൻ ധൈര്യം കണ്ടെത്തേണ്ടിയിരുന്നു.

അന്ന് രാത്രി, കൊച്ചി നഗരം ഉറക്കത്തിലേക്ക് വഴുതിയിറങ്ങിയതിനുശേഷവും അനുപമയ്ക്ക് ഉറങ്ങാനായില്ല.

അവൾ ഒറ്റയ്ക്കായിരുന്നു. അപ്പാർട്ട്മെന്റിലെ മേശപ്പുറത്ത് ആ ലോക്കറ്റ് കിടക്കുകയായിരുന്നു. മുറിയാകെ നിശ്ശബ്ദത. ദൂരെയെവിടെയോ മഴ പെയ്യുന്ന ശബ്ദം മാത്രം. ഇനി കാത്തിരിക്കാനാവില്ലെന്ന് അവൾ തീരുമാനിച്ചു.

ലാപ്ടോപ്പ് തുറന്നു. ലോക്കറ്റിലെ ചിഹ്നത്തെക്കുറിച്ച് തിരയാൻ തുടങ്ങി. നൂറുകണക്കിന് ഉത്തരങ്ങൾ പ്രത്യക്ഷപ്പെട്ടു. പക്ഷേ അവയിൽ ഭൂരിഭാഗവും പ്രസക്തമല്ലാത്തവയായിരുന്നു. അവൾ തിരച്ചിൽ തുടർന്നു.

ഒരു പഴയ പുരാവസ്തു ഗവേഷണലേഖനം അവളുടെ ശ്രദ്ധ പിടിച്ചുപറ്റി. അതോടൊപ്പമുണ്ടായിരുന്ന ചിത്രം കണ്ട നിമിഷം അവളുടെ ശരീരത്തിലൂടെ ഒരു തണുപ്പ് പാഞ്ഞോടി.

അത്...

അതേ ക്ഷേത്രമായിരുന്നു...

അവളുടെ ദർശനങ്ങളിൽ കണ്ട അതേ ക്ഷേത്രം...

അതേ തൂണുകൾ...

അതേ വിശാലമുറ്റം...

അതേ ശില്പശൈലി...

അവളുടെ കൈകൾ വിറയ്ക്കാൻ തുടങ്ങി.

ഹൃദയം ശക്തമായി മിടിച്ചു.

വിറയ്ക്കുന്ന വിരലുകളാൽ അവൾ ചിത്രത്തിനടിയിലെ കുറിപ്പ് വായിച്ചു.

"ശ്രീ നടരാജേശ്വര ക്ഷേത്രം 1626 -ൽ തകർന്നുവീണു." അനുപമയുടെ ശ്വാസം നിലച്ചു.

പിന്നെ അവളുടെ കണ്ണുകൾ താഴെയുള്ള അവസാന വരിയിലേക്ക് നീങ്ങി.

ആ വരി അവളുടെ ജീവിതത്തെ എന്നെന്നേക്കുമായി മാറ്റിമറിച്ചു.

'ചരിത്രരേഖകൾ പ്രകാരം, ക്ഷേത്രം നശിച്ച രാത്രിയിൽ മീനാക്ഷി എന്ന പ്രശസ്ത നർത്തകി ദുരൂഹമായി അപ്രത്യക്ഷയായി. അവളുടെ മൃതദേഹം ഒരിക്കലും കണ്ടെത്തിയിട്ടില്ല!'

ലാപ്ടോപ്പ് അവളുടെ കൈകളിൽ നിന്ന് വഴുതി താഴെ വീണു. അവൾക്ക് അത് ശ്രദ്ധിക്കാനായില്ല.

കാരണം ആദ്യമായി... അവളുടെ കൈവശം തെളിവുണ്ടായിരുന്നു. നിഷേധിക്കാനാവാത്ത തെളിവ്.

മീനാക്ഷി വെറും സ്വപ്നത്തിലെ കഥാപാത്രമല്ലായിരുന്നു. നൂറ്റാണ്ടുകൾക്ക് മുൻപ് അവൾ യഥാർത്ഥത്തിൽ ജീവിച്ചിരുന്ന

ഒരു സ്ത്രീയായിരുന്നു.

കാലത്തിന്റെ മണ്ണിനടിയിൽ മറഞ്ഞുപോയ ഒരു ആത്മാവ്.

അനുപമയുടെ കണ്ണുകളിൽ കണ്ണുനീർ നിറഞ്ഞു.

ഭയമാണോ?

അത്ഭുതമാണോ?

സന്തോഷമാണോ?

അവൾക്കുതന്നെ അറിയില്ലായിരുന്നു.

എന്നാൽ ഒരു കാര്യം ഉറപ്പായിരുന്നു.

ഇനി മടങ്ങിപ്പോകാനാവില്ല. കാരണം അവൾ അന്വേഷിച്ചിരുന്ന രഹസ്യം ഇപ്പോൾ അവളെ അന്വേഷിക്കാൻ തുടങ്ങിയിരുന്നു. ആ രാത്രിയിൽ മഴ ജനൽച്ചില്ലുകളിൽ തട്ടിക്കൊണ്ടിരിക്കെ, അനുപമ ഒരു കാര്യം മനസ്സിലാക്കി-

'ഞാൻ ഭരതനാട്യം പഠിക്കാൻ തുടങ്ങിയതല്ല. വിധി എന്നെ നാലുനൂറ്റാണ്ടുകൾ പഴക്കമുള്ള ഒരു കഥയിലേക്ക് നയിക്കുകയായിരുന്നു.'

അത് പ്രണയത്തിന്റെ കഥയായിരുന്നു.

വഞ്ചനയുടെ കഥയായിരുന്നു.

ശാപത്തിന്റെയും പുനർജന്മത്തിന്റെയും കഥയായിരുന്നു.

അതിലുപരി... അത് അവളുടെ സ്വന്തം കഥയായിരുന്നു.

4

ഹിപ്നോതെറാപ്പിസ്റ്റിന്റെ വെളിപ്പെടുത്തൽ

ഹിപ്നോതെറാപ്പിസ്റ് ഡോ. രവിയുടെ ഓഫീസിനുള്ളിൽ ചന്ദനത്തിന്റെ സുഗന്ധം നിറഞ്ഞുനിന്നു. അത് വായുവിൽ അലിഞ്ഞുചേർന്ന ഒരു മണമല്ലായിരുന്നു; മറക്കാനാവാത്ത ഒരു ഓർമ്മപോലെ അത് അവിടെ നിലനിന്നിരുന്നു.

മൃദുവായ കുഷ്യൻ ഉള്ള ആംചെയറിൽ അനുപമ ഇരുന്നു.

ഭിത്തികളിൽ ഇളം നിറങ്ങളിലുള്ള ശാന്തമായ ചിത്രങ്ങൾ.

ഫ്രെയിമിലൊതുക്കിയ ബിരുദസർട്ടിഫിക്കറ്റുകൾ.

Phd in Clinical Psychology.

പച്ചപ്പും മലനിരകളും നിറഞ്ഞ മനോഹരമായ പ്രകൃതിദൃശ്യങ്ങളുടെ ഫോട്ടോകൾ... എല്ലാം ശാന്തതയെ പ്രതിഫലിപ്പിച്ചിരുന്നുവെങ്കിലും, അനുപമയുടെ ഉള്ളിൽ വികാരങ്ങളുടെ കൊടുങ്കാറ്റ് വീശിക്കൊണ്ടിരുന്നു.

ഒരു ഹിപ്നോതെറാപ്പിസ്റ്റിനെ കാണാൻ അവൾ ആദ്യം ഒരുപാട് മടിച്ചിരുന്നു. എന്നാൽ ഭൂതകാലം തൻറെ വർത്തമാനകാല ജീവിതത്തെ എങ്ങനെ സ്വാധീനിക്കുന്നു എന്നറിയാനുള്ള ആഗ്രഹം അതിനേക്കാൾ ശക്തമായിരുന്നു. പാസ്റ്റ് ലൈഫ് റിഗ്രഷൻ ചെയ്യുന്നതിൽ വിശ്വാസമൊന്നും ഇല്ലായിരുന്നെങ്കിലും അതല്ലാതെ വേറെ പോംവഴിയില്ല എന്ന

അവസ്ഥ വന്നപ്പോൾ അവൾ അതിന് തയ്യാറായി.

"ഡീപ്പ് ആയി ശ്വാസം എടുക്കൂ, അനുപമ..." ഡോ. രവി മൃദുവായി പറഞ്ഞു. "ഇനി പതുക്കെ ശ്വസിക്കൂ... കുറച്ചുനേരം പിടിച്ചുവെക്കൂ... പിന്നെ മെല്ലെ പുറത്തേക്ക് വിടൂ..." അദ്ദേഹത്തിന്റെ ശബ്ദം ആശ്വാസം പകരുന്നതായിരുന്നു. അവൾ സുരക്ഷിതയാണെന്ന് വിശ്വസിപ്പിക്കുന്ന ഒരു അപൂർവമായ ആത്മവിശ്വാസം അദ്ദേഹത്തിനുണ്ടായിരുന്നു.

അനുപമ കണ്ണുകൾ അടച്ചു.

ശ്വാസം ക്രമമായി.

തോളുകളിൽ അടിഞ്ഞുകൂടിയിരുന്ന പിരിമുറുക്കം പതുക്കെ അകലാൻ തുടങ്ങി.

അവളുടെ രണ്ടാമത്തെ ഹിപ്നോതെറാപ്പി സെഷനായിരുന്നു അത് . ഓരോ സെഷനും അവളെ കൂടുതൽ ആഴത്തിലേക്ക് കൊണ്ടുപോകുകയായിരുന്നു. വെളിപ്പെടുത്തലിനും ഭയത്തിനും ഇടയിലുള്ള ഒരു അതിർത്തിയിലേക്ക്. അവൾ കൂടുതൽ ആഴത്തിലേക്ക് പോകാൻ തീരുമാനിച്ചിരുന്നു.

തന്റെ ഉപബോധമനസ്സിന്റെ ഇരുണ്ട ഇടനാഴികളിലേക്ക്...

മുൻജന്മത്തിന്റെ ഓർമ്മകൾ ഒളിഞ്ഞുകിടക്കുന്ന ആ ലോകത്തിലേക്ക്...

അവൾ കസേരയിൽ പിന്നിലേക്ക് ചാഞ്ഞു. ബോധം പതുക്കെ വഴുതിപ്പോകാൻ തുടങ്ങി. ഊഷ്മളതയും ഇരുളും നിറഞ്ഞ ഒരു ചുഴിയിൽ അവൾ താഴേക്ക് പതിക്കുന്നതുപോലെ തോന്നി. ഓരോ നിമിഷവും പുതിയ യാഥാർത്ഥ്യങ്ങൾ അവളുടെ മുന്നിൽ തുറന്നു. മറക്കാനാവാത്ത പ്രണയത്തിന്റെയും പുരാതന വൈരാഗ്യത്തിന്റെയും ഭാരം അവയിൽ നിറഞ്ഞിരുന്നു. അവളുടെ ഹൃദയത്തിൽ മീനാക്ഷിയുമായുള്ള ബന്ധം കൂടുതൽ ശക്തമായി.

ഒരിക്കൽ താനായിരുന്ന സ്ത്രീ. കാലത്തിന്റെ നൂലിഴകളിലൂടെ ഇന്നും തന്റെ ജീവിതവുമായി ബന്ധപ്പെട്ടു കിടക്കുന്ന ആത്മാവ്.

പെട്ടെന്ന് ചുറ്റുപാടുകൾ മാറി.

ഒരു പുതിയ ലോകം അവളുടെ മുന്നിൽ തെളിഞ്ഞു.

കാഞ്ചീപുരം. പുരാതന ക്ഷേത്രങ്ങളാൽ സമ്പന്നമായ നഗരം. വൃക്ഷങ്ങൾ കാറ്റിനോട് രഹസ്യങ്ങൾ മന്ത്രിക്കുന്ന നഗരം. മറന്നുപോയ ഒരു കാലഘട്ടത്തിന്റെ സംഗീതം ഇപ്പോഴും വായുവിൽ ഒഴുകിനിൽക്കുന്ന നഗരം. അവൾ കപാലീശ്വര ക്ഷേത്രത്തിന്റെ പ്രവേശനകവാടത്തിൽ നിൽക്കുകയായിരുന്നു. സൂര്യപ്രകാശത്തിൽ തിളങ്ങുന്ന ശിലാതൂണുകൾ. തെങ്ങിൻ ഇലകളുടെ നിഴലുകൾ മുഖത്ത് നൃത്തം ചെയ്യുന്നു.

നഗ്നപാദങ്ങൾക്കടിയിൽ തണുത്ത കൽത്തറ. ആ സ്പർശം അവളെ ആ ലോകത്തിൽ ഉറപ്പിച്ചുനിർത്തി.

പെട്ടെന്ന് പരിചിതമായ ഒരു ചിരിശബ്ദം മുഴങ്ങി.

അവളുടെ ഹൃദയം വേഗത്തിൽ മിടിച്ചു.അവൾ തിരിഞ്ഞുനോക്കി.

അവൻ അവിടെ നിൽക്കുന്നുണ്ടായിരുന്നു . അവൻ തന്നെ.

“കാർത്തികേയൻ!”

സ്വപ്നങ്ങളിൽ കണ്ട അതേ മുഖം. ലളിതമായ മുണ്ട് ധരിച്ച്. തോൾ വരെ നീണ്ടുകിടക്കുന്ന മുടി. ബലിഷ്ഠമായ നീണ്ടു മെലിഞ്ഞ ശരീരം. അവന്റെ പുഞ്ചിരി പഴയൊരു ആലിംഗനത്തിന്റെ ഊഷ്മളതപോലെ അവളുടെ ഹൃദയത്തെ തൊട്ടു.

“മീനാക്ഷി...” അവൻ വിളിച്ചു. ആ ശബ്ദത്തിൽ വർഷങ്ങളുടെ കാത്തിരിപ്പുണ്ടായിരുന്നു. അവന്റെ കണ്ണുകളിൽ അനന്തമായ സ്നേഹം നിറഞ്ഞിരുന്നു. ആ ദൃഷ്ടി അവളുടെ ആത്മാവിൽ ഒരു കൊടുങ്കാറ്റുയർത്തി.

“ഇല്ല...”അനുപമ സ്വയം മന്ത്രിച്ചു. “ഇത് യാഥാർത്ഥ്യമാകാനാവില്ല...”

എന്നാൽ എല്ലാം യാഥാർത്ഥ്യത്തേക്കാൾ വ്യക്തമായിരുന്നു. അവളുടെ കാലുകൾ സ്വയം അവന്റെ നേരെ നീങ്ങി.

അപ്പോഴാണ് മറ്റൊരു സാന്നിധ്യം അവൾ അനുഭവിച്ചത്. ഇരുണ്ട ഒരു നിഴൽ. തണുത്ത വിരലുകൾ ഹൃദയത്തെ മുറുക്കിപ്പിടിക്കുന്നതുപോലെ.

“വരദരാജൻ!”

അധികാരത്തിന്റെയും അസൂയയുടെയും പ്രതീകം. സ്നേഹത്തെ ബലപൂർവ്വം സ്വന്തമാക്കാവുന്ന ഒരു വസ്തുവായി മാത്രം കരുതിയ രാജാവ്.

പെട്ടെന്ന് ദൃശ്യം മാറി.

ക്ഷേത്രമുറ്റം അപ്രത്യക്ഷമായി.

ആകാശത്ത് കറുത്ത മേഘങ്ങൾ കൂടി.

ക്ഷേത്രമണികളുടെ ശബ്ദം യുദ്ധമേളങ്ങളായി മാറി.

കാലം അവളെ മുന്നോട്ടേക്ക് വലിച്ചിഴച്ചു.

ഇപ്പോൾ അവൾ ഒരു രാജകൊട്ടാരത്തിന്റെ മുറിക്കുള്ളിലായിരുന്നു.

എണ്ണവിളക്കുകളുടെ പ്രകാശത്തിൽ മുങ്ങിനിൽക്കുന്ന വിശാലമായ മുറി.

മിനുക്കിയ വെങ്കലക്കണ്ണാടിയിൽ അവളുടെ പ്രതിബിംബം തെളിഞ്ഞു.

അനുപമയല്ല.

മീനാക്ഷി. അവളുടെ കണ്ണുകളിൽ കണ്ണീർ നിറഞ്ഞിരുന്നു. കൈകൾ വിറച്ചുകൊണ്ടിരുന്നു.

പുറത്ത് ആരോ വാതിലിൽ ശക്തമായി മുട്ടുന്നു.

വീണ്ടും...

വീണ്ടും...

ഇടിമുഴക്കത്തെപ്പോലെ ആ ശബ്ദം മുറിയിൽ മുഴങ്ങി.

അപ്പോഴാണ് കാർത്തികേയൻ അകത്തേക്ക് ഓടിയെത്തിയത്. അവന്റെ ശ്വാസം വേഗത്തിലായിരുന്നു.

തോളിൽ രക്തക്കറ. എന്നാൽ കണ്ണുകളിൽ സ്വന്തം ജീവനോടുള്ള ഭയമല്ല. അവൾക്ക് എന്തെങ്കിലും സംഭവിക്കുമോ എന്ന ഭയമായിരുന്നു.

“മീനാക്ഷി...” അവൻ തിടുക്കത്തിൽ പറഞ്ഞു. “നമുക്ക് ഇപ്പോൾ തന്നെ പോകണം.”

അവനെ കണ്ട നിമിഷം അവൾ എഴുന്നേറ്റ് നിന്നു.

“എന്താണ് സംഭവിച്ചത്?”അവൾ ചോദിച്ചു.

കാർത്തികേയന്റെ മറുപടി മിന്നലായി പതിച്ചു. “രാജാവ് എല്ലാം അറിഞ്ഞു.”

പുറത്ത് സൈനികരുടെ നിലവിളി ഉയർന്നു .

തീപന്തങ്ങളുടെ വെളിച്ചം.

വേട്ട ആരംഭിച്ചുകഴിഞ്ഞിരുന്നു.

വരദരാജൻ അവരുടെ രഹസ്യം കണ്ടെത്തിയിരുന്നു.

ഒരു നിമിഷത്തേക്ക് അനുപമ പൂർണ്ണമായും മീനാക്ഷിയായി.

ഓരോ വികാരവും...

ഓരോ ഭയവും...

ഓരോ പ്രതീക്ഷയും അവൾ അനുഭവിച്ചു.

കാർത്തികേയൻ അവളുടെ കൈയിൽ പിടിച്ചു.

“എന്ത് സംഭവിച്ചാലും...”

“എത്ര ജന്മം കഴിഞ്ഞാലും...”

“ഞാൻ നിന്നെ കണ്ടെത്തും.”

“അപ്പോൾ നീയെന്നെ തിരിച്ചറിയില്ലേ...?”

അവന്റെ ശബ്ദം ഇടറിയിരുന്നു.

ആ വാക്കുകൾ, സ്വപ്നങ്ങളിൽ കേട്ട അതേ വാക്കുകൾ... നൂറ്റാണ്ടുകളെ അതിജീവിച്ച വാഗ്ദാനം.

പെട്ടെന്ന് വാതിലുകൾ തകർന്നു വീണു. സൈനികർ അകത്തേക്ക് പാഞ്ഞുകയറി. അവർക്കു പിന്നിൽ വരദരാജൻ.

കണ്ണുകളിൽ കത്തുന്ന ക്രോധം.

അസൂയയല്ല.

ഭ്രാന്തമായ കാമാസക്തി.

കാർത്തികേയന് നേരെ വാൾ ചൂണ്ടി അദ്ദേഹം പറഞ്ഞു. "മീനാക്ഷി എന്റേത് മാത്രമാണ്. ഞാൻ ഈ രാജ്യത്തെ രാജാവും നീ വെറും പീറ പാട്ടുകാരനും അത് മറക്കണ്ട. നിനക്ക് ഞാൻ അർഹതയിൽ കൂടുതൽ സ്വാതന്ത്ര്യം തന്നു. ഇനിയത് ഉണ്ടാകില്ല."

"സൈനികരേ... ഇവന്റെ കഴുത്തറുത്ത് കടലിൽ തള്ളൂ..." വരദരാജൻ അലറി.

അടുത്ത നിമിഷം ദൃശ്യം തകർന്നുവീണു.

അനുപമ നിലവിളിച്ചു.

കൊട്ടാരം അപ്രത്യക്ഷമായി.

സൈനികർ ഇല്ലാതായി.

എല്ലാം ഇരുട്ടിലേക്ക് ലയിച്ചു.

പക്ഷേ അവസാനമായി ഒരു ദൃശ്യം മാത്രം അവശേഷിച്ചു.

കാർത്തികേയന്റെ നേരെ ഓടുന്ന മീനാക്ഷി.

ഒരു വാളിന്റെ മിന്നൽ.

പിന്നെ... ശൂന്യത.

അടുത്ത നിമിഷം അനുപമ കണ്ണുതുറന്നു . അവൾ ചാരുകസേരയിൽനിന്ന് ചാടി എണീറ്റു.

"റിലാക്സ്. ബീ കൂൾ അനുപമ." ഡോ. രവി പതിയെ പറഞ്ഞു.

ശ്വാസം നിയന്ത്രണാതീതമായി ഉയർന്നിറങ്ങി.

ഹൃദയം അതിവേഗം മിടിച്ചു.

മുഖത്ത് വിയർപ്പുതുള്ളികൾ തിളങ്ങി.

ഒരു നിമിഷം അവൾക്ക് യാഥാർത്ഥ്യവും ദർശനവും തമ്മിലുള്ള അതിർത്തി തിരിച്ചറിയാൻ പോലും കഴിഞ്ഞില്ല.

"അനുപമ..." ഡോ. രവിയുടെ ശാന്തമായ ശബ്ദം അവളെ യാഥാർത്ഥ്യത്തിലേക്ക് തിരികെ കൊണ്ടുവന്നു.

"നീ എന്താണ് കണ്ടത്?"

അവൾ കുറച്ചുനേരം മിണ്ടാതിരുന്നു. വാക്കുകൾ കണ്ടെത്താൻ പ്രയാസമായിരുന്നു. അവൾ അനുഭവിച്ചത് ഒരു ഓർമ്മയായിരുന്നു. അല്ലെങ്കിൽ ഒരു ജീവിതം.

"അത്... മനോഹരമായിരുന്നു..." അവൾ മൃദുവായി പറഞ്ഞു.

"പക്ഷേ അതേസമയം ഭയപ്പെടുത്തുന്നതുമായിരുന്നു."

കാർത്തികേയന്റെ പുഞ്ചിരി അവളുടെ മനസ്സിൽ തെളിഞ്ഞു. അവന്റെ കണ്ണുകളിലെ സ്നേഹം.

അവന്റെ ശബ്ദം.

അവന്റെ സ്പർശം.

അതോടൊപ്പം വരദരാജന്റെ നിഴലും.

അവന്റെ ക്രോധവും.

അവന്റെ ഭ്രാന്തമായ ആസക്തിയും.

രണ്ട് വിരുദ്ധ വികാരങ്ങൾ അവളുടെ ഹൃദയത്തെ കീറിമുറിച്ചു.

ഡോ. രവി ശ്രദ്ധയോടെ കേട്ടു. പിന്നീട് ശാന്തമായി പറഞ്ഞു. "നീ കാണുന്നത് സാധാരണ ഓർമ്മകളല്ല. അവ നിന്റെ ആത്മാവിൽ പതിഞ്ഞ അനുഭവങ്ങളാണ്. കാർത്തികേയനുമായുള്ള ബന്ധം വളരെ ആഴമുള്ളതാണ്. അതുപോലെ തന്നെ വരദരാജനോടുള്ള ഭയവും."

അനുപമ നിശ്ശബ്ദയായി. അതുവരെ അവൾ വിജയകരമായ ഒരു ജീവിതം നയിച്ചിരുന്നു. നല്ല ജോലി. സാമ്പത്തിക സുരക്ഷ. സാമൂഹിക അംഗീകാരം. എന്നാൽ എന്തോ ഒരു ശൂന്യത എപ്പോഴും അവളുടെ

ഉള്ളിലുണ്ടായിരുന്നു. ഇപ്പോൾ ആ ശൂന്യതയ്ക്ക് ഒരു രൂപം ലഭിച്ചിരിക്കുന്നു.

മീനാക്ഷിയുടെ ജീവിതം...

അവളുടെ നഷ്ടങ്ങൾ...

അവളുടെ പൂർത്തിയാകാത്ത പ്രണയം...

“ഇത് തുടക്കം മാത്രമാണ്, അനുപമ.” ഡോ. രവി പറഞ്ഞു. ഭൂതകാലത്തെ മനസ്സിലാക്കുമ്പോഴാണ് വർത്തമാനകാലത്തെ തിരിച്ചറിയാൻ കഴിയുന്നത്. അപ്പോൾ മാത്രമേ ഭാവിയെ മാറ്റാനും കഴിയൂ.”

അദ്ദേഹം കുറച്ചുനേരം ഒന്നും മിണ്ടിയില്ല, പിന്നീട് മേശവലിപ്പ് തുറന്നു. അകത്തുനിന്ന് ഒരു പഴയ ഫോട്ടോ എടുത്തു.

“ഇത് നോക്കൂ.”

അനുപമ ചിത്രം കൈയിൽ വാങ്ങി.

ഒരു നിമിഷം അവളുടെ ഹൃദയം നിലച്ചുപോയതുപോലെ തോന്നി.

അത് ഒരു ക്ഷേത്രത്തിന്റെ അവശിഷ്ടങ്ങളായിരുന്നു.

എന്നാൽ അവൾക്ക് ആ സ്ഥലം പരിചിതമായിരുന്നു.

വളരെ പരിചിതം. അവൾ ഹിപ്നോസിസിൽ കണ്ട അതേ സ്ഥലം.

അവളുടെ കൈകൾ വിറച്ചു.

“ഇത്...”

“ഇത് എങ്ങനെ....?” അവൾ മന്ത്രിച്ചു. “നിങ്ങൾക്ക് ഈ സ്ഥലം എങ്ങനെ അറിയാം?”

ഡോ. രവി അസ്വസ്ഥനായി തോന്നി. അദ്ദേഹം ഒരു ദീർഘനിശ്വാസം വിട്ടു.

“ഇത് ഇപ്പോൾ പറയാൻ ഞാൻ ആഗ്രഹിച്ചിരുന്നില്ല.”

അനുപമയുടെ വയറിനുള്ളിൽ ഒരു കുരുക്ക് രൂപപ്പെട്ടു.

“എന്താണ് പറയാനുള്ളത്?”

അദ്ദേഹം അവളുടെ കണ്ണുകളിലേക്ക് നോക്കി. മൂന്ന് വർഷങ്ങൾക്ക് മുമ്പ് മറ്റൊരാൾ ഇതുപോലെ.. ഇവിടെ പാസ്റ്റ് ലൈഫ് റിഗ്രഷൻ ചെയ്യാൻ വന്നിരുന്നു ."

മുറിയിലെ നിശ്ശബ്ദത കൂടുതൽ ഭാരമായി. "അവനും ഇതേ ക്ഷേത്രത്തെക്കുറിച്ച് പറഞ്ഞു." അദ്ദേഹത്തിന്റെ ശബ്ദം ചെറുതായി വിറച്ചു.

അനുപമയുടെ ഹൃദയം വീണ്ടും വേഗത്തിൽ മിടിച്ചു.

"അതേ ക്ഷേത്രം?"

"അതെ. അതേ ക്ഷേത്രം."

"ആരാണ് അദ്ദേഹം?" അവൾ ആകാംക്ഷയോടെ ചോദിച്ചു.

ഡോ. രവി ഒരു നിമിഷം മടിച്ചു. പിന്നീട് മറുപടി പറഞ്ഞു.

"കാർത്തിക്."

ആ പേര് കേട്ട നിമിഷം അവൾക്ക് ലോകം വീണ്ടും കറങ്ങുന്നതുപോലെ തോന്നി.

അനുപമയ്ക്ക് ശ്വാസം മുട്ടി. "കാർത്തിക്...?"

ഡോ. രവി തലകുലുക്കി. "ബാല്യകാലം മുതൽ സ്വപ്നങ്ങളിൽ കാണുന്ന ഒരു സ്ത്രീയെ തേടുകയാണ് എന്ന് അവൻ പറഞ്ഞു."

അനുപമയുടെ വിരലുകൾ തണുത്തു. ഹൃദയം നിയന്ത്രണം വിട്ട് മിടിച്ചു.

ഡോ. രവി വീണ്ടും സംസാരിച്ചു. ഓരോ വാക്കും അവളുടെ ജീവിതത്തെ മാറ്റിമറിക്കുന്നതായിരുന്നു.

"അവൻ ആ സ്ത്രീയെക്കുറിച്ച് വിവരിച്ചു." അദ്ദേഹം ഒരു നിമിഷം നിർത്തി.

"പിന്നെ?"അനുപമയുടെ ശബ്ദം വിറച്ചു.

ഡോ. രവി പതുക്കെ പറഞ്ഞു. "ഇപ്പൊൾ എനിക്ക് ഉറപ്പായി. അവൻ വിവരിച്ചത്... നിന്നെയായിരുന്നു.!"

സമയം നിശ്ചലമായി.

അനുപമയ്ക്ക് ഒന്നും കേൾക്കാനായില്ല.

ഒന്നും ചിന്തിക്കാനായില്ല.

മൂന്ന് വർഷങ്ങൾക്ക് മുമ്പ്.

ഒരു അപരിചിതൻ.....

സ്വപ്നങ്ങളിൽ കണ്ട ഒരു സ്ത്രീയെ തേടി...

അതേ ക്ഷേത്രം.

അതേ ഓർമ്മകൾ.

അതേ കഥ.

അത് യാദൃശ്ചികമാകുമോ?

അവളുടെ മനസ്സ് നിഷേധിക്കാൻ ശ്രമിച്ചു.

പക്ഷേ ഹൃദയം സത്യം തിരിച്ചറിഞ്ഞിരുന്നു.

കാർത്തികേയൻ. കാർത്തിക്. ഒരുപോലെയുള്ള രണ്ട് പേരുകൾ.

ഒരേ ആത്മാവ്.

അവൾ കണ്ണടച്ചു.

ഹിപ്നോസിസിൽ കണ്ട അവന്റെ മുഖം വീണ്ടും തെളിഞ്ഞു.

“നിന്നെ ഞാൻ കണ്ടെത്തും.”

ആ വാക്കുകൾ വീണ്ടും മുഴങ്ങി.

‘ഞാൻ മാത്രമല്ല ഓർത്തെടുക്കുന്നത്.

അവനും ഓർക്കുന്നുണ്ടാകാം.’

നൂറ്റാണ്ടുകൾക്ക് മുമ്പ് പൂർത്തിയാകാതെ പോയ ഒരു പ്രണയം.

ഇപ്പോൾ വീണ്ടും ഉണരുകയാണ്!

എന്നാൽ അതിനൊപ്പം മറ്റൊരു ചോദ്യവും ഉയർന്നു.

കാർത്തിക് അവളെ അന്വേഷിക്കുന്നുണ്ടെങ്കിൽ...

വരദരാജനും തിരിച്ചുവന്നിട്ടുണ്ടോ?

ആ ചിന്ത അവളുടെ ശരീരത്തിലൂടെ ഒരു തണുത്ത വിറയൽ പടർത്തി.

കാരണം ചരിത്രം ആവർത്തിക്കാൻ തീരുമാനിച്ചാൽ...പ്രണയവും തിരികെ വരും.

പക്ഷേ വൈരാഗ്യവും അതിന്റെ കൂടെ തിരികെ വരും.

"കാർത്തികിന്റെ കോൺടാക്റ്റ് ഡീറ്റെയിൽസ് തരുമോ?" അവൾ ചോദിച്ചു.

മറുപടിയായി അദ്ദേഹം ചിരിച്ചു.

"അവൻ മൊബൈൽ ഫോൺ ഉപയോഗിക്കാറില്ല. അഡ്രസ് ചോദിച്ചപ്പോൾ അതും പറഞ്ഞില്ല."

ഡോ.രവിയുടെ ഓഫീസിൽ നിന്ന് പുറത്തേക്കിറങ്ങുമ്പോൾ അനുപമയുടെ ജീവിതം പഴയതുപോലെ ആയിരുന്നില്ല. അവളുടെ മുന്നിൽ ഇപ്പോൾ ഒരു ലക്ഷ്യമുണ്ടായിരുന്നു. കാർത്തിക്കിനെ കണ്ടെത്തുക.

സത്യം കണ്ടെത്തുക.

മീനാക്ഷിയുടെ കഥയുടെ അവസാനഭാഗം അറിയുക.

ഓരോ ചുവടും അവളെ കാഞ്ചീപുരത്തേക്ക് അടുപ്പിക്കുകയായിരുന്നു.

അവിടെ...

കാലം മറച്ചുവെച്ച എല്ലാ രഹസ്യങ്ങളും അവളെ കാത്തിരുന്നു.

5

ആത്മാക്കളുടെ സംഗമം

സൂര്യൻ പടിഞ്ഞാറൻ ആകാശത്തേക്ക് പതുക്കെ മറഞ്ഞിറങ്ങുകയായിരുന്നു. സ്വർണ്ണവർണ്ണം കാഞ്ചീപുരത്തെ പൊതിഞ്ഞിരുന്നു.

കാറിൽനിന്ന് ഇറങ്ങുമ്പോൾ അനുപമയുടെ ഹൃദയം വേഗത്തിൽ മിടിച്ചു. ക്ഷേത്രങ്ങളിൽ നിന്നുയരുന്ന ധൂപത്തിന്റെയും ചന്ദനത്തിന്റെയും സുഗന്ധം അവൾ ആസ്വദിച്ചു.

അവൾ ചുറ്റും നോക്കി.

വർണശബളമായ സാരികൾ ധരിച്ച സ്ത്രീകൾ തിരക്കേറിയ തെരുവുകളിലൂടെ നടന്നു നീങ്ങുന്നു.

നൂറ്റാണ്ടുകളുടെ ചരിത്രം പേറുന്ന ക്ഷേത്രങ്ങൾ നഗരത്തിന് കാവൽ നിൽക്കുന്നതുപോലെ തോന്നി.

കൊച്ചിയിലെ അതിവേഗ ജീവിതത്തിൽ നിന്ന് തികച്ചും വ്യത്യസ്തമായ ഒരു ലോകം. ഓരോ ശ്വാസവും അവളുടെ ഉള്ളിൽ ആവേശവും ഭയവും ഒരുപോലെ നിറച്ചു.

കാഞ്ചീപുരം അവൾക്ക് ഒരു നഗരമല്ലായിരുന്നു. പൂർവ്വികരുടെ ഓർമ്മകളാൽ നെയ്തെടുത്ത ഒരു ജീവിക്കുന്ന ചരിത്രഗ്രന്ഥംപോലെ തോന്നി. പ്രണയത്തിന്റെയും നഷ്ടത്തിന്റെയും കാത്തിരിപ്പിന്റെയും കഥകൾ ഇന്നും

കാറ്റിൽ മുഴങ്ങുന്ന നഗരം.

അവൾ ഒരു സന്ദർശക മാത്രമല്ല.

ഒരു അന്വേഷകയായിരുന്നു.

എന്തിനെയാണ് അന്വേഷിക്കുന്നതെന്ന് അവൾക്ക് ഇപ്പോഴും പൂർണ്ണമായി അറിയില്ലായിരുന്നു. പെട്ടെന്ന് അവളുടെ ദൃഷ്ടി ഒരു വലിയ ഗോപുരത്തിലേക്ക് തിരിഞ്ഞു. സന്ധ്യാസൂര്യന്റെ ഓറഞ്ച് നിറം അതിന്റെ ചുവരുകളിൽ തിളങ്ങിക്കൊണ്ടിരുന്നു. ആ കാഴ്ച കണ്ട നിമിഷം അവളുടെ ഹൃദയത്തിൽ ഒരു വിചിത്രമായ വേദന ഉണർന്നു.

ആ സ്ഥലം അവൾക്ക് പരിചിതമായിരുന്നു. പക്ഷേ എങ്ങനെ? പിടികിട്ടാത്ത നിഴലുകളെപ്പോലെ ഓർമ്മകൾ മങ്ങലോടെ മനസ്സിലൂടെ കടന്നുപോയി. ബോധത്തിന്റെ അതിരുകളിൽ നൃത്തം ചെയ്യുന്ന സ്മരണകളെപ്പോലെ. അൽപ്പസമയം നടന്ന് അവൾ ക്ഷേത്രത്തിന്റെ വിശാലമായ മുറ്റത്തെത്തി.

ഭക്തർ മന്ത്രങ്ങൾ ജപിക്കുന്നു.

വിളക്കുകളുടെ പ്രകാശം ചുറ്റും പരക്കുന്നു.

പെട്ടെന്നാണ് അവൾ അവനെ കണ്ടത്.

സന്ധ്യയുടെ സ്വർണ്ണവെളിച്ചത്തിൽ നിൽക്കുന്ന അവന്റെ രൂപം ഒരു ദൈവദർശനംപോലെ തോന്നി.

മൃദുവായ കാറ്റിൽ അവന്റെ നീണ്ട മുടിയിഴകൾ ഇളകിയാടി.

മുഖത്ത് ശാന്തമായ ചിന്തകളുടെ നിഴൽ.

അവനെ കണ്ട നിമിഷം അനുപമയുടെ ഉള്ളിൽ വികാരങ്ങളുടെ പ്രളയം പൊട്ടിത്തെറിച്ചു.

ആശ്വാസം...

വേദന...

സന്തോഷം...

നഷ്ടബോധം...

എല്ലാം ഒരേസമയം അവളിൽ അലയടിച്ചു.

അവരുടെ കണ്ണുകൾ തമ്മിൽ കണ്ടുമുട്ടി. സമയം നിശ്ചലമായതുപോലെ തോന്നി. ആ നിമിഷത്തിൽ ലോകം ഇല്ലാതായി. അവരും അവരുടെ ആത്മാക്കളും മാത്രം. പരിചിതമായ ഒരു വികാരം അവളുടെ ശരീരത്തിലൂടെ പാഞ്ഞോടി. അവർ ആദ്യമായിട്ട് കാണുന്നപോലെ അല്ലായിരുന്നു. നൂറ്റാണ്ടുകളായി പരിചയമുള്ളതു പോലെയുള്ള ഒരു തിരിച്ചറിവായിരുന്നു അത്.

"അനുപമ..." അവൻ മൃദുവായി വിളിച്ചു. ആ ശബ്ദത്തിൽ അത്ഭുതവും സന്തോഷവും കലർന്നിരുന്നു.

അവൻ മുന്നോട്ടു നടന്നു. അവർക്കിടയിലുണ്ടായിരുന്ന ദൂരം ഇല്ലാതായി.

"ഹായ്..." അനുപമയുടെ ശബ്ദം ഒരു മന്ത്രണംപോലെ പുറത്തുവന്നു.

"കാർത്തിക്." അവൻ പുഞ്ചിരിച്ചു. ആ പുഞ്ചിരി ഇരുണ്ട മേഘങ്ങളെ ഭേദിച്ച് കടന്നുവരുന്ന സൂര്യപ്രകാശംപോലെയായിരുന്നു.

"പേര് മാത്രമേ മാറിയിട്ടുള്ളൂ. ബാക്കി എല്ലാം അതുപോലെ തന്നെ. നിന്റെ ഗന്ധം പോലും.... ഒടുവിൽ നീ വന്നു അല്ലേ? " അവൻ പുഞ്ചിരിച്ചു.

"വരാതിരിക്കാൻ പറ്റില്ലല്ലോ." അനുപമ മറുപടി നൽകി.

"എനിക്ക് എല്ലാം മനസ്സിലാക്കണം. ഈ സ്ഥലം..." അവൾ ചുറ്റും നോക്കി. "നമ്മളെ തമ്മിൽ ബന്ധിപ്പിക്കുന്ന ഈ അദൃശ്യശക്തി..."

കാർത്തിക് ഗൗരവത്തോടെ തലകുലുക്കി. "ഇത് ഒരു പുണ്യഭൂമിയാണ്. ഇവിടേക്ക് വരുന്ന എല്ലാവർക്കും ഈ ആകർഷണം അനുഭവപ്പെടണമെന്നില്ല. പക്ഷേ ചില ആത്മാക്കൾക്ക് ഈ സ്ഥലം ഒരു തിരിച്ചുവിളിയാകും. കാലത്തിന്റെയും ഓർമ്മകളുടെയും പ്രവാഹത്തിൽ അവർ ഒഴുകിപ്പോകും."

അവർ ക്ഷേത്രമുറ്റത്തിലൂടെ പതുക്കെ നടന്നു. അനുപമയുടെ മനസ്സിൽ നിരവധി ചോദ്യങ്ങളുണ്ടായിരുന്നു.

അവന്റെ ഓരോ വാക്കും അവളെ കൂടുതൽ ആഴത്തിലേക്ക് വലിച്ചിഴക്കുകയായിരുന്നു.

"നീ ക്രിയാ യോഗ പ്രാക്ടീസ് ചെയ്യുന്നതായി എനിക്ക് ദർശനം ലഭിച്ചിരുന്നു. അതിനെക്കുറിച്ച് പറയാമോ?" അവൾ ആവേശത്തോടെ ചോദിച്ചു.

കാർത്തികേയൻ അൽപ്പനേരം മൗനമായി നിന്നു. ദൂരെയുള്ള ക്ഷേത്രശിഖരങ്ങളിലേക്ക് നോക്കി. പിന്നീട് പറഞ്ഞു. "ക്രിയയോഗം ഒരു സാധന മാത്രമല്ല. ഈ ജന്മത്തിനപ്പുറത്തേക്കുള്ള ഒരു യാത്രയാണ്. നമ്മുടെ ആത്മാവ് ശരീരത്തെക്കാൾ വലുതാണെന്ന് തിരിച്ചറിയാനുള്ള വഴി . എന്റെ ജീവിതം അനേകം ആത്മാക്കളുമായി ബന്ധപ്പെട്ടിരിക്കുന്നു. ഞാൻ നൂറ്റാണ്ടുകളായി അത് പരിശീലിക്കുന്നു. എനിക്ക് മുക്തി നേടണം."

അനുപമയുടെ ഞെട്ടിത്തിരിഞ്ഞ് നോക്കി. "നൂറ്റാണ്ടുകളായി!?"

"അതെ. അതിനെക്കുറിച്ച് കൂടുതലായി ഞാൻ പിന്നെ പറയാം." അവൻ പുഞ്ചിരിച്ചു.

"എനിക്ക്.... ഇതൊക്കെ വിശ്വസിക്കാൻ കുറച്ച് ബുദ്ധിമുട്ടുണ്ട്." അവൾ മടിച്ചുകൊണ്ട് പറഞ്ഞു.

അവൻ മെല്ലെ ചിരിച്ചു. പക്ഷേ ആ ചിരിയുടെ ആഴങ്ങളിൽ പറയാതെ കിടക്കുന്ന ഒരു വേദനയുടെ നിഴൽ ഉണ്ടായിരുന്നു. "ചില ജന്മങ്ങൾ അങ്ങനെയാണ്." അവൻ പതിഞ്ഞ സ്വരത്തിൽ പറഞ്ഞു. "പൂർത്തിയാകാതെ പോയ ആഗ്രഹങ്ങൾക്കും പറയാതെ ബാക്കിയാകുന്ന വാക്കുകൾക്കും ഒടുക്കമില്ല . അവ സഫലമാകുന്നതുവരെ ആത്മാവ് വീണ്ടും വീണ്ടും ജന്മങ്ങൾ തേടിക്കൊണ്ടിരിക്കും. ശരീരങ്ങൾ മാറും... പേരുകൾ മാറും... കാലങ്ങൾ പോലും

മാറിപ്പോകും. പക്ഷേ ആത്മാവ് അതുതന്നെയായിരിക്കും. ഓരോ ജന്മവും പുതിയ പാഠങ്ങൾ പഠിപ്പിക്കും, പുതിയ മുറിവുകൾ നൽകും, പുതിയ തിരിച്ചറിവുകൾ സമ്മാനിക്കും.

"എന്നാൽ ചില ബന്ധങ്ങൾ... അവ ഒരിക്കലും അഴിയുന്നില്ല. കാലത്തിന്റെ നീണ്ട യാത്രകളെയും മരണത്തിന്റെ അതിരുകളെയും മറികടന്ന് അവ വീണ്ടും വീണ്ടും ആത്മാക്കളെ ഒരുമിച്ച് കൊണ്ടുവരും." അവൻ ഒരു നിമിഷം നിശ്ശബ്ദനായി. പിന്നെ പറഞ്ഞു.

"ചിലപ്പോൾ അനുഗ്രഹമായി...

ചിലപ്പോൾ ശാപമായി..." അവന്റെ മുഖത്തെ പ്രകാശം പതിയെ മങ്ങി.

പഴയ ഓർമ്മകളുടെ ഭാരം അവന്റെ കണ്ണുകളിൽ തെളിഞ്ഞു; അനന്തമായ ജന്മങ്ങളുടെ വേദന അവിടെ നിശ്ശബ്ദമായി തിളങ്ങിനിന്നു. അവന്റെ കണ്ണുകളിലേക്ക് നോക്കിയപ്പോൾ, അവൻ ഈ വാക്കുകൾ പറയുന്നത് കഥകളെക്കുറിച്ചല്ലെന്ന് അവൾക്ക് തോന്നി. അത്... അവരുടെ സ്വന്തം ജീവിതത്തെക്കുറിച്ചായിരുന്നു.

"അതാണോ നമ്മുടെ കഥ?" അനുപമ ആവേശത്തോടെ ചോദിച്ചു. "നമ്മുടെ ആത്മാക്കളെ ബന്ധിപ്പിക്കുന്ന ആ നൂൽ?"അവളുടെ ശബ്ദം വിറച്ചു.

കാർത്തിക് കുറച്ചുനേരം ഒന്നും പറഞ്ഞില്ല. പിന്നീട് പറഞ്ഞു.

"ഒരുപക്ഷേ അത് ഒരു ശാപമായിരിക്കാം."

"പക്ഷേ അതിനേക്കാൾ അത് അഗാധമായ പ്രണയമാണ്."

അവർക്കിടയിൽ വീണ്ടും നിശ്ശബ്ദത പടർന്നു.

അനുപമയുടെ ഹൃദയത്തിൽ കൊടുങ്കാറ്റായിരുന്നു. "നമ്മൾ എന്ത് ചെയ്യണം?"

"ഇതിൽ നിന്ന് എങ്ങനെ മോചിതരാകും?" അവൾ ഒടുവിൽ ചോദിച്ചു.

“ഞാൻ പഴയ കാർത്തികേയൻ തന്നെയാണ്. എന്റെ ശരീരവും മനസ്സും ആത്മാവും അതു തന്നെയാണ്. പക്ഷേ നിന്റെ ശരീരവും മനസ്സും മാറിയിരിക്കുന്നു. അത് സ്വാഭാവികമാണ്. മീനു എന്ന് ഞാൻ സ്നേഹത്തോടെ വിളിച്ചിരുന്ന മീനാക്ഷി ഇപ്പോൾ അനുപമയായി എന്റെ മുന്നിൽ നിൽക്കുന്നു. കാർത്തികേയന്റെ കണ്ണുകളിൽ ദുഃഖവും പ്രതീക്ഷയും ഒരുമിച്ച് തെളിഞ്ഞു.”

അനുപമ തൊണ്ടയിൽ ഒരു കുരുക്ക് അനുഭവപ്പെട്ടു. പിന്നെ പതിയെ വിളിച്ചു. “കാർത്തീ...എനിക്ക് ചിലതൊക്കെ ഓർമ്മ വരുന്നുണ്ട്.” അവൾ കണ്ണുതുടച്ചു. പിന്നെ ചോദിച്ചു. “നമുക്ക് ചരിത്രം മാറ്റാനാകുമോ?”

“ശ്രമിക്കണം.” അവളുടെ അടുത്തുനിന്നുകൊണ്ട് അവൻ മൃദുവായി പറഞ്ഞു.

അവന്റെ സാന്നിധ്യം അവൾക്ക് ധൈര്യം നൽകി.

സന്ധ്യ രാത്രിക്ക് വഴിമാറി. ക്ഷേത്രവിളക്കുകളുടെ ജ്വാലകൾ ഇരുട്ടിനെ കീറിമുറിച്ചു.

ആകാശത്ത് നക്ഷത്രങ്ങൾ ഒന്നൊന്നായി തെളിഞ്ഞു.

വിധിയുടെ വലയിൽ കുടുങ്ങിയ രണ്ട് ആത്മാക്കൾ അവിടെ നിന്നു.

നൂറ്റാണ്ടുകളെ മറികടന്ന് വീണ്ടും കണ്ടുമുട്ടിയ രണ്ട് ഹൃദയങ്ങൾ.

പെട്ടെന്ന് ഒരു തണുത്ത കാറ്റ് അവരെ തഴുകിക്കടന്നു. അതിൽ ഒരു മുന്നറിയിപ്പിന്റെ സ്പർശമുണ്ടായിരുന്നു.

അനുപമയുടെ ഹൃദയം വീണ്ടും അസ്വസ്ഥമായി.എന്തോ അപകടം അടുത്തുവരുന്നതുപോലെ.

“നാളെ എന്നെ കാണൂ.” കാർത്തികേയൻ പറഞ്ഞു. “നമ്മൾക്ക് തുടക്കം മുതൽ എല്ലാം ഒരുമിച്ച് അന്വേഷിക്കാം.”

അനുപമ തലകുലുക്കി.

അവർ വേർപിരിഞ്ഞു.

താൻ ക്ഷേത്രത്തിൽ നിന്ന് മടങ്ങുന്നത് ആയിട്ടല്ല, മറിച്ച് ഒരു പുതിയ ജീവിതത്തിലേക്കാണ് നടക്കുന്നത് എന്ന് അവൾക്ക് തോന്നി. ഒരു സത്യം അവളെ കാത്തിരുന്നു.

അത് മോചനത്തിലേക്കോ... അല്ലെങ്കിൽ കൂടുതൽ ആഴത്തിലുള്ള ബന്ധനത്തിലേക്കോ നയിക്കാം.

ആ രാത്രിയിൽ കാഞ്ചീപുരത്തിന്റെ മുകളിൽ നക്ഷത്രങ്ങൾ തിളങ്ങിക്കൊണ്ടിരിക്കെ, അനുപമ ആകാശത്തേക്ക് നോക്കി. പ്രതീക്ഷയും ഭയവും അവളുടെ ഹൃദയത്തിൽ ഒന്നിച്ച് അലയടിച്ചു. കാരണം അവൾ തിരിച്ചറിഞ്ഞിരുന്നു—

പ്രണയം നൂറ്റാണ്ടുകളെ അതിജീവിച്ച് ഒരു ദീപനാളമായി തിരികെ വന്നിരിക്കുന്നു. പക്ഷേ... അതിനെ നശിപ്പിക്കാൻ ശ്രമിച്ച ഇരുട്ടും ഒരുപക്ഷേ തിരികെ വന്നിട്ടുണ്ടാകും.

അന്ന് അർധരാത്രി അവളെ ഭീകരമായ സ്വപ്നങ്ങൾ വേട്ടയാടി. ഓരോ സ്വപ്നവും അവളുടെ മനസ്സിൽ ഭയത്തിന്റെ ആഴങ്ങൾ നിറച്ചു. ഇനി അവിടെ ഒരു നിമിഷം പോലും തങ്ങാനാവില്ലെന്നും, തുടർന്നാൽ ഹൃദയം നിലച്ച് മരിച്ചുപോകുമെന്നുമുള്ള തോന്നൽ അവളെ പിടികൂടി. പിറ്റേന്ന് പുലർച്ചെതന്നെ അവൾ ആദ്യത്തെ തീവണ്ടിയിൽ കയറി കൊച്ചിയിലേക്ക് മടങ്ങി.

6

ഭൂതകാലത്തിന്റെ ഭാരം

സൂര്യൻ പതുക്കെ ചക്രവാളത്തിന് പിന്നിലേക്ക് മറഞ്ഞിറങ്ങുകയായിരുന്നു. കൊച്ചിയുടെ കടൽത്തീരത്തെ ശാന്തമായ തിരമാലകളിൽ സ്വർണനിറം പടർന്നു കിടന്നു. കടൽത്തീരത്തേക്കുള്ള പടിയിൽ അനുപമ ഒറ്റയ്ക്കിരുന്നു. അസ്തമയസൂര്യനെ അവൾ നിശ്ശബ്ദമായി നോക്കി. തീഗോളത്തെപ്പോലെ ജ്വലിച്ചുകൊണ്ടിരുന്ന സൂര്യൻ പതിയെ സന്ധ്യയുടെ മൃദുലപ്രകാശത്തിന് കീഴടങ്ങുകയായിരുന്നു. തീരത്തെ തഴുകിയെത്തുന്ന ഓരോ തിരമാലയും അവൾ ചുമന്നുനടക്കുന്ന ഭാരങ്ങളുടെ പ്രതിധ്വനിയായി തോന്നി.

സ്വന്തം സ്വത്വത്തിന്റെ ഭാരം...

പ്രണയത്തിന്റെ ഭാരം...

ഭൂതകാലത്തിന്റെ നിഴലുകളുടെ ഭാരം...

അന്ന് ഒരു പ്രത്യേകതരം നിശ്ശബ്ദത അവളെ ചുറ്റിപ്പറ്റിയിരുന്നു. ആധുനിക ജീവിതത്തിന്റെ തിരക്കിനിടയിൽ വർഷങ്ങളായി അടിച്ചമർത്തിക്കിടന്നിരുന്ന ചോദ്യങ്ങളെയും സംഭാഷണങ്ങളെയും പുറത്തേക്ക് വിളിച്ചുവരുത്തുന്ന നിശ്ശബ്ദത.

ഉപ്പുകാറ്റിനൊപ്പം മുല്ലപ്പൂവിന്റെ സുഗന്ധവും പരന്നിരുന്നു. ആ മണം അവളെ ബാല്യകാലത്തിലേക്ക് തിരികെ

കൊണ്ടുപോയി. ചിരികളും സന്തോഷങ്ങളും നിറഞ്ഞ ദിവസങ്ങൾ. സൂര്യപ്രകാശത്തിൽ ഓടിനടന്നിരുന്ന നാളുകൾ. ജീവിതത്തിന്റെ സങ്കീർണതകൾ മനസ്സിലാക്കേണ്ടതില്ലായിരുന്ന കാലം. എന്നാൽ ആ ശാന്തതയ്ക്കിടയിലും അവളുടെ ഉള്ളിൽ സംഘർഷത്തിന്റെ ആദ്യ വിറയലുകൾ ഉയർന്നുതുടങ്ങി.

കാർത്തികേയനും വരദരാജനും അവളുടെ ചിന്തകളിൽ വൻ നിഴലുകളായി നിലകൊണ്ടിരുന്നു. അവരോടുള്ള വികാരങ്ങൾ എവിടെ ആരംഭിക്കുന്നു, എവിടെ അവസാനിക്കുന്നു എന്ന് പോലും അവൾക്ക് തിരിച്ചറിയാനായില്ല. അവരുടെ വിധികൾ പരസ്പരം പിണഞ്ഞുകിടക്കുന്നു എന്ന ബോധം അവളുടെ ഹൃദയത്തെ മുറുക്കിപ്പിടിച്ചു. അനുപമയായി ജീവിച്ചിരുന്ന സ്വതന്ത്രവും വ്യക്തിത്വമുള്ളതുമായ ജീവിതത്തിന്റെ ഓർമ്മകളെ പോലും ആ ഭാരം ശ്വാസംമുട്ടിക്കുന്നതുപോലെ തോന്നി.

അപ്പോഴാണ് അവളുടെ ഫോൺ റിംഗ് ചെയ്തത്.

അവളുടെ ചിന്തകൾ മുറിഞ്ഞു.

Unknown Number. “ആരായിരിക്കും?”

ആവേശവും ഉത്കണ്ഠയും ഒരുമിച്ച് അവളെ കീഴടക്കി.

അനുപമ ആഴത്തിൽ ശ്വാസമെടുത്തു. കാലുകൾക്കടിയിലെ മണൽ മെല്ലെ ചലിക്കുന്ന ശബ്ദം അവളെ യാഥാർത്ഥ്യത്തിലേക്ക് തിരിച്ചുകൊണ്ടുവന്നു.

അവൾ ഫോൺ എടുത്തു. “ഹലോ...”

“മീനൂ.., അല്ല.. അനൂ...ഞാൻ എത്തി.”

അവൾ പെട്ടന്ന് തന്നെ ശബ്ദം തിരിച്ചറിഞ്ഞു.

ഫോണിലൂടെ വന്ന കാർത്തികിന്റെ ശബ്ദം മൃദുവും ഊഷ്മളവുമായിരുന്നു. അൽപ്പനിമിഷങ്ങൾക്കുശേഷം അവൾ അവനെ കണ്ടു. അസ്തമയത്തിന്റെ മങ്ങിച്ചെല്ലുന്ന വെളിച്ചത്തിന് മുന്നിൽ അവന്റെ ഉയരമുള്ള രൂപം വ്യക്തമായി

തെളിഞ്ഞുനിന്നു. അവളുടെ ആഗ്രഹങ്ങളുടെയും ആശങ്കകളുടെയും പ്രതിരൂപംപോലെ.

അവൻ അവളുടെ അടുത്തേക്ക് നടന്നു വന്നു. മുഖത്ത് മൃദുവായൊരു പുഞ്ചിരി. സന്ധ്യയുടെ വെളിച്ചം അവന്റെ കണ്ണുകളിൽ പ്രതിഫലിച്ചു. എന്നാൽ നെറ്റിക്കു മുകളിൽ ഒരു നേരിയ നിഴൽ ഉണ്ടായിരുന്നു. അവനും തന്റേതായ ഭാരങ്ങൾ വഹിക്കുന്നുണ്ടെന്ന് വെളിപ്പെടുത്തുന്ന ഒരു നിഴൽ.

അനുപമ തന്റെ അരികിലെ ഒഴിഞ്ഞ സ്ഥലത്തേക്ക് വിരൽ ചൂണ്ടി. കാർത്തികേയൻ നിശ്ശബ്ദനായി അവളുടെ സമീപം ഇരുന്നു. അവർക്കിടയിൽ പറയാത്ത വാക്കുകളുടെ ഒരു പിരിമുറുക്കം നിറഞ്ഞുനിന്നു.

അൽപ്പനേരം ഇരുവരും കടലിലേക്ക് നോക്കിയിരുന്നു.

പിന്നീട് കാർത്തിക് മൗനം ഭേദിച്ചു. "കാണാൻ നല്ല രസമുണ്ട് അല്ലേ?" അവൻ ചക്രവാളത്തിലേക്ക് കണ്ണൂന്നിക്കൊണ്ട് ചോദിച്ചു.

അനുപമ തലകുലുക്കി. പക്ഷേ ചുറ്റുമുള്ള സൗന്ദര്യം ആസ്വദിക്കാൻ അവളുടെ മനസ്സിന് കഴിയുന്നില്ലായിരുന്നു.

"അതെ, മനോഹരമാണ്." അവൾ മൃദുവായി പറഞ്ഞു.

"പക്ഷേ കാർത്തിക് ... അതിനുവേണ്ടിയല്ല ഞാൻ നിന്നെ വിളിച്ചത്."

അവൾ ഒരു നിമിഷം നിർത്തി. ധൈര്യം സമാഹരിച്ചു.

"നമ്മളെക്കുറിച്ച് സംസാരിക്കണം."

"ഇതെല്ലാം... എന്താണ് സംഭവിച്ചുകൊണ്ടിരിക്കുന്നത് എന്നതിനെക്കുറിച്ച്."

അവർക്കിടയിൽ വീണ്ടും നിശ്ശബ്ദത പടർന്നു.തിരമാലകളുടെ ശബ്ദം മാത്രം കേൾക്കാമായിരുന്നു.

ഒടുവിൽ കാർത്തികേയൻ അവളെ നോക്കി.

ആ നിമിഷം അവന്റെ കണ്ണുകളിൽ അനുപമ ഒരു ആഴം കണ്ടു. സ്നേഹവും ആശയക്കുഴപ്പവും ഒരുമിച്ച് നിറഞ്ഞ ഒരു

ആഴം.

"ഞാൻ നിന്നെ മീനു എന്ന് വിളിക്കട്ടെ? നീ എന്നെ കാർത്തി എന്ന് വിളിക്കുമോ?" അവൻ പുഞ്ചിരിച്ചുകൊണ്ട് ചോദിച്ചു.

"ഓക്കെ." അവൾ ചിരിച്ചു.

" സംഭവിച്ച കാര്യങ്ങളെ ഇനി നമുക്ക് ഇതിനെ അവഗണിക്കാനാവില്ല, മീനു." അവൻ ശാന്തമായി പറഞ്ഞു. "നമ്മൾ തമ്മിൽ പൂർത്തിയാകാതെ കിടക്കുന്ന ഒരുപാട് കാര്യങ്ങളുണ്ട്. നമ്മൾ എന്തോ ഒന്നിനെ നേരിടാൻ വിധിക്കപ്പെട്ടവരാണെന്ന് എനിക്ക് തോന്നുന്നു."

അനുപമയുടെ തൊണ്ട വരണ്ടു. അവൾ താഴേക്ക് നോക്കി. "എനിക്ക് ഭയമുണ്ട്..." അവൾ സമ്മതിച്ചു. ശബ്ദം ഒരു മന്ത്രണംപോലെ മാത്രമായിരുന്നു. ആ വാക്കുകൾ വായുവിൽ തങ്ങിനിന്നു. ഭൂതകാലത്തെക്കുറിച്ചുള്ള ഭയം. കാലത്തെയും ജന്മങ്ങളെയും മറികടന്ന് അവരെ ബന്ധിപ്പിക്കുന്ന അദൃശ്യ നൂലുകളെക്കുറിച്ചുള്ള ഭയം. കാഞ്ചീപുരത്തിന്റെ പുരാതന തെരുവുകളിൽ ആരംഭിച്ച് കൊച്ചിവരെ നീണ്ടെത്തിയ ഒരു കഥയെക്കുറിച്ചുള്ള ഭയം.

മീനാക്ഷിയുടെ പാരമ്പര്യം...

വരദരാജന്റെ നിഴൽ...

അവൾക്ക് പൊട്ടിച്ചെറിയാൻ കഴിയാത്ത ചങ്ങലകളായി അവ തോന്നി.

കാർത്തികേയൻ മെല്ലെ അവളുടെ കൈകളിൽ പിടിച്ചു. അവൾക്ക് അത് ആദ്യ സ്പർശനമായി തോന്നിയില്ല. മറിച്ച്, എവിടെയോ ഒരിക്കൽ അനുഭവിച്ചിട്ടുള്ള ഒരു പരിചിതത്വം അതിലുണ്ടായിരുന്നു. വർഷങ്ങളോളം ആ കൈകളിൽ കൈകോർത്തു നടന്നതുപോലെ, അനേകം വഴികളിലൂടെ ഒരുമിച്ച് സഞ്ചരിച്ചതുപോലെ, അവന്റെ വിരലുകളുടെ സ്പർശം അവളുടെ ആത്മാവിൽ പഴയൊരു ഓർമയുടെ താളം ഉണർത്തി. എന്തുകൊണ്ടെന്നറിയില്ല, പക്ഷേ ആ കൈകൾ

അവൾക്ക് അന്യമായിരുന്നില്ല."

"നമ്മളെ തടഞ്ഞുനിർത്തുന്നത് എന്താണോ അതിനെ നേരിടണം."അവൻ പറഞ്ഞു.

"വരദരാജനെക്കുറിച്ച് നിനക്കറിയാം. നിനക്കും അത് അനുഭവപ്പെടുന്നുണ്ടല്ലോ?"

അവന്റെ ചോദ്യം കേട്ടപ്പോൾ അനുപമയുടെ ശരീരത്തിലൂടെ ഒരു വിറയൽ കടന്നുപോയി. അവൾ അറിയാതെ കണ്ണുകൾ അടച്ചു. വേദന നിറഞ്ഞ ഓർമ്മകളുടെ വാതിൽ തുറക്കപ്പെടുകയായിരുന്നു...

"ഉണ്ട്..." അനുപമ പതുക്കെ മറുപടി പറഞ്ഞു. "എനിക്ക് അത് അനുഭവപ്പെടുന്നുണ്ട്." അവളുടെ ശബ്ദത്തിൽ ഭയവും വേദനയും കലർന്നിരുന്നു. അവൾ അവന്റെ കണ്ണുകളിലേക്ക് നോക്കി.

"നമ്മൾ വീണ്ടും അതേ തെറ്റുകൾ ആവർത്തിക്കാനാണ് വിധിക്കപ്പെട്ടതെങ്കിൽ?" അവളുടെ ശബ്ദം വിറച്ചു.

ഓരോ വാക്കും അവരുടെ പങ്കിട്ട ഭൂതകാലത്തിന്റെ ഭാരത്തിൽ പൊതിഞ്ഞിരുന്നു.

കാർത്തികേയൻ അവളുടെ കൈകൾ കൂടുതൽ മുറുകെ പിടിച്ചു. അവന്റെ കണ്ണുകളിൽ ദൃഢനിശ്ചയം ജ്വലിച്ചു.

"വിധി എന്നത് വെല്ലുവിളിക്കപ്പെടാനാണ്." അവൻ ഉറച്ച ശബ്ദത്തിൽ പറഞ്ഞു. "ഭൂതകാലത്തെ ഇന്നത്തെ നമ്മളെ നിർവചിക്കാൻ അനുവദിക്കരുത്. അതിനെ നേരിടണം, അതിനെ മനസ്സിലാക്കണം. അപ്പോഴാണ് അതിൽ നിന്ന് മോചിതരാകാൻ കഴിയുക."

"പക്ഷേ എങ്ങനെ?"അവൾ ചോദിച്ചു.

"എന്റെ ഭൂതകാലത്തെക്കുറിച്ച് എനിക്ക് എല്ലാം അറിയില്ല. മീനാക്ഷിയെക്കുറിച്ച് പോലും... അവളുടെ സാന്നിധ്യം ഞാൻ അനുഭവിച്ചിട്ടുണ്ട്. അവളുടെ ത്യാഗങ്ങളുടെ പ്രതിധ്വനി എന്റെ ജീവിതത്തിലുടനീളം കേൾക്കുന്നു. അവൾ എന്നെ

രൂപപ്പെടുത്തുന്നു. പക്ഷേ അതേ സമയം... അവൾ എന്നെ തടവിലാക്കുന്നുമുണ്ടോ എന്ന് അറിയില്ല. കാർത്തികേയൻ ആയും മീനാക്ഷി ആയും ജീവിച്ചിരുന്നതിന് എത്രയോ നൂറ്റാണ്ടുകൾമുന്നേ നമ്മൾ ഒരുമിച്ച് ജീവിച്ചിരുന്നു . അതിനെക്കുറിച്ച് മനസ്സിലാക്കണം. എന്നാൽ മാത്രമേ ഇതിനൊരു പരിഹാരം കാണാൻ കഴിയുകയുള്ളൂ." കാർത്തികേയന്റെ വിരൽ അവളുടെ കൈയുടെ പുറത്ത് മെല്ലെ സഞ്ചരിച്ചു. കൊടുങ്കാറ്റിനിടയിലെ ഒരു നങ്കൂരം പോലെ...

"ഒരുപക്ഷേ അതിനെക്കുറിച്ച് മനസ്സിലാക്കലാണ് ഈ പൂട്ടിന്റെ താക്കോൽ." അവൻ പറഞ്ഞു.

"നിനക്ക് എന്താണ് ഓർമ്മയുള്ളത്? ഏതെങ്കിലും ഒരു നിമിഷം പ്രത്യേകമായി മനസ്സിൽ പതിഞ്ഞിട്ടുണ്ടോ?" അവൻ ചോദിച്ചു.

അനുപമയുടെ കണ്ണുകളിൽ കണ്ണുനീർ നിറഞ്ഞു. അത് അവളുടെ കവിളിലൂടെ ഒഴുകി.

ഭൂതകാലത്തിന്റെ ഭാരം വീണ്ടും അവളെ കീഴടക്കി.

"എനിക്ക് ആ രാത്രി ഓർമ്മയുണ്ട്..." അവൾ മൃദുവായി പറഞ്ഞു.

"വഞ്ചനയുടെ രാത്രി."

"മീനാക്ഷിയുടെ സ്നേഹം."

"അവൾക്ക് എടുക്കേണ്ടി വന്ന തീരുമാനം."

അവളുടെ ശബ്ദം ഇടറി.

"അവൾ എല്ലാം ത്യജിച്ചു."

"മരണത്തേക്കാൾ ഭയാനകമായ ഒരു വിധിയിൽ നിന്ന്....." അവൾ തലകുനിച്ചു.

"പക്ഷേ..."

"ഞാനും... നമ്മളും..."

"വീണ്ടും അതേ വിധി നേരിടാനാണ് ജനിച്ചതെങ്കിൽ?"

കാർത്തിക് അവളോട് ചേർന്നിരുന്നു. അവന്റെ കണ്ണുകളിൽ ഒരു തീക്ഷ്ണത തെളിഞ്ഞു.

"ഇല്ല." അവൻ ഉറച്ച ശബ്ദത്തിൽ പറഞ്ഞു. കാലം നമ്മൾ ആ ചക്രം തകർക്കണമെന്നാണ് ആഗ്രഹിക്കുന്നത്."

"അത് വീണ്ടും ആവർത്തിക്കണമെന്നല്ല." അവൻ പറഞ്ഞു.

അനുപമ നിശ്ശബ്ദമായി അവനെ നോക്കി.

"നീ രണ്ട് വ്യക്തികളുടെ സംഗമമാണ്."

"അനുപമയും മീനാക്ഷിയും. നിനക്കുള്ളിൽ അവളുടെ ശക്തിയുണ്ട്."

"നിനക്കുള്ളിൽ നിന്റെ സ്വന്തം ധൈര്യവുമുണ്ട്."

"ആ രണ്ട് ശക്തികളെയും നീ സ്വീകരിക്കണം."

"അവൾക്കുവേണ്ടിയും....നിനക്കുവേണ്ടിയും. നീ പൂർണ്ണമാകണം."

ആ വാക്കുകൾ അനുപമയുടെ മനസ്സിൽ ആഴത്തിൽ പതിഞ്ഞു.

കടൽക്കാറ്റ് അവളുടെ മുടിയിഴകളെ തഴുകിപ്പോയി. തിരമാലകൾ തീരത്തെ ചുംബിച്ചുകൊണ്ടിരുന്നു.

പക്ഷേ അവളുടെ ഉള്ളിൽ എന്തോ മാറിത്തുടങ്ങിയിരുന്നു. ഭൂതകാലത്തിൽ നിന്ന് ഓടിരക്ഷപ്പെടാൻ കഴിയില്ലെന്ന് അവൾ തിരിച്ചറിഞ്ഞു. അതിനെ മനസ്സിലാക്കേണ്ടതുണ്ട്. അതിനെ സ്വീകരിക്കേണ്ടതുണ്ട്. അപ്പോഴാണ് അതിൽ നിന്ന് മോചിതയാകാൻ കഴിയുക.

അവൾ കാർത്തികേയനെ നോക്കി.

"അപ്പോൾ നീ?" അവൾ ചോദിച്ചു.

"നീ എപ്പോഴും എന്തോ മറയ്ക്കുന്നതുപോലെ തോന്നുന്നു."

"നിന്റെ ഭൂതകാലം?"

"നിന്റെ കഥ?"

"അതെന്താണ്?"

ഏതോ വളരെ പഴയ ഓർമ്മകളെ തേടുന്നതുപോലെ അവന്റെ കണ്ണുകൾ ദൂരെയുള്ള ചക്രവാളത്തിലേക്ക് നീങ്ങി.

"എന്റെ കഥ..." അവൻ പതുക്കെ പറഞ്ഞു. "അത്ര ലളിതമല്ല, മീനൂ ."

അവന്റെ ശബ്ദത്തിൽ വേദനയുണ്ടായിരുന്നു. നൂറ്റാണ്ടുകളുടെ ക്ഷീണം ഉണ്ടായിരുന്നു.

അവൾക്ക് അപ്രതീക്ഷിതമായി ഒരു ഭയം തോന്നി. അവൻ ഇതുവരെ പറഞ്ഞിട്ടില്ലാത്ത സത്യങ്ങൾ ഇപ്പോൾ വെളിപ്പെടാൻ പോകുകയാണെന്ന് അവൾക്ക് തോന്നി. ആ സത്യങ്ങൾ അവരുടെ ജീവിതത്തെ എന്നെന്നേക്കുമായി മാറ്റിമറിക്കാനും സാധ്യതയുണ്ടായിരുന്നു...

കടലിന് മുകളിൽ ഇരുട്ട് കൂടുതൽ കനത്തു. അസ്തമയത്തിന്റെ അവസാന സ്വർണരേഖകളും ആകാശത്തിൽ നിന്ന് മാഞ്ഞുതുടങ്ങി. അവൻ ഒരു ദീർഘനിശ്വാസം വിട്ടു. ശേഷം പതുക്കെ സംസാരിക്കാൻ തുടങ്ങി.

"ഞാൻ നിനക്കറിയാവുന്നതിലും വളരെ ദൈർഘ്യമേറിയ ജീവിതമാണ് ഞാൻ ജീവിച്ചുകൊണ്ടിരിക്കുന്നത്. "

അവന്റെ വാക്കുകൾ കേട്ട് അവൾ അമ്പരന്നു. "എന്താണ് അതിന്റെ അർത്ഥം?"

കാർത്തികേയൻ ഒരു നിമിഷം അവളെ നോക്കി. അവന്റെ കണ്ണുകളിൽ വർഷങ്ങളുടെ ദുഃഖവും ഏകാന്തതയും തെളിഞ്ഞുനിന്നു.

"ഈ ജന്മത്തിന് മുമ്പും ഞാൻ ജീവിച്ചിരുന്നു."

"അതിനുമുമ്പും."

"വീണ്ടും വീണ്ടും."

"അതേ ചക്രത്തിനുള്ളിൽ."

"അതേ നഷ്ടങ്ങളോടൊപ്പം."

“അതേ വേദനകളോടൊപ്പം.”

അനുപമയുടെ ഹൃദയം വേഗത്തിൽ മിടിക്കാൻ തുടങ്ങി.

“നീ പറയുന്നത്... നീ അമരനാണെന്നാണോ?”

കാർത്തിക് മൃദുവായി പുഞ്ചിരിച്ചു. പക്ഷേ ആ പുഞ്ചിരിയിൽ സന്തോഷമുണ്ടായിരുന്നില്ല.

“അമരത്വം ഒരു അനുഗ്രഹമല്ല. ചിലപ്പോൾ അത് ഏറ്റവും വലിയ ശാപമാണ്.”

“നമ്മൾ ഒരുമിച്ച് നേരിട്ട നഷ്ടങ്ങൾ വീണ്ടും വീണ്ടും അനുഭവിച്ചുകൊണ്ടാണ് ഞാൻ ജീവിച്ചത്.”

“നിന്നെ അന്വേഷിച്ചുകൊണ്ടാണ് ഞാൻ നാലുനൂറ്റാണ്ടുകളായി ജീവിച്ചത്. എന്തിനാണെന്ന് മനസ്സിലാകാതെ...”

“പക്ഷേ ഇപ്പോൾ എനിക്ക് അറിയാം.” അവൻ അവളുടെ കൈകൾ വീണ്ടും മുറുകെ പിടിച്ചു. “നമ്മുടെ ജീവിതങ്ങളുടെ പ്രതിധ്വനികൾ നമ്മളെ ബന്ധിപ്പിക്കുന്നു. പ്രപഞ്ചം തന്നെ നമ്മളെ ഈ നിമിഷത്തിലേക്ക് നയിച്ചതുപോലെ. ഞാൻ വഹിക്കുന്ന ഭാരം വളരെ വലുതാണ്, മീനൂ."

അനുപമയ്ക്ക് ശ്വാസമെടുക്കാൻ പോലും ബുദ്ധിമുട്ടായി. അവന്റെ വാക്കുകൾ അവളുടെ മനസ്സിൽ ഒരു കൊടുങ്കാറ്റുപോലെ വീശിയടിച്ചു.

“അപ്പോൾ... നിന്റെ സ്നേഹം... സമയത്തെ പോലും അതിജീവിച്ചിട്ടുണ്ടോ?” അവൾ ചോദിച്ചു. “നമ്മൾ ഒരു ചക്രത്തിൽ കുടുങ്ങിയിരിക്കുകയാണോ?”

“അതെ.”അവൻ മറുപടി നൽകി. “അന്നും നമ്മൾ ബന്ധിക്കപ്പെട്ടിരുന്നു.”

“ഇന്നും നമ്മൾ ബന്ധിക്കപ്പെട്ടിരിക്കുന്നു.”

“കാഞ്ചീപുരത്ത് സംഭവിച്ചതെല്ലാം...”

“സ്നേഹവും.”

“വേദനയും.”

"വഞ്ചനയും."

"ഇന്നും നമ്മുടെ ജീവിതങ്ങളിൽ പ്രതിധ്വനിക്കുന്നു.അതിനെ അംഗീകരിക്കാതെ നമുക്ക് മുന്നോട്ട് പോകാൻ കഴിയില്ല."

അനുപമ മൗനയായി കടലിലേക്ക് നോക്കി. അവന്റെ ഓരോ വാക്കുകളും അവളുടെ ബോധത്തിന്റെ ആഴങ്ങളിലേക്ക് വീണു. തിരമാലകൾ പോലെ അവ ചിന്തകളെ വ്യാപിപ്പിച്ചു.

"എനിക്ക് കഴിയുന്നില്ലെങ്കിൽ?" അവൾ ഒടുവിൽ ചോദിച്ചു."നമുക്ക് കഴിയുന്നില്ലെങ്കിൽ?"

അവളുടെ ശബ്ദത്തിൽ ഭയമുണ്ടായിരുന്നു.

നിസ്സഹായതയുണ്ടായിരുന്നു.

ആകാശത്ത് നക്ഷത്രങ്ങൾ ഒന്നൊന്നായി തെളിഞ്ഞു. അവയുടെ പ്രകാശം അവളെ ശാന്തമാക്കാൻ ശ്രമിക്കുന്നതുപോലെ തോന്നി. കാർത്തിക് അവളുടെ കൈവിരലുകളിൽ മെല്ലെ തലോടി. അവളെ വീണ്ടും യാഥാർത്ഥ്യത്തിലേക്ക് കൊണ്ടുവന്നു.

"നമുക്ക് വഴി കണ്ടെത്താം." അവൻ പറഞ്ഞു. അതിൽ ഒരു വാഗ്ദാനമുണ്ടായിരുന്നു. അവന്റെ സ്നേഹത്തിന്റെ ഉറപ്പുണ്ടായിരുന്നു. അനുപമയുടെ ഉള്ളിൽ പതുക്കെ ഒരു ദൃഢനിശ്ചയം രൂപപ്പെടാൻ തുടങ്ങി.

പക്ഷേ വരദരാജന്റെ നിഴൽ അപ്പോഴും നിലനിന്നിരുന്നു. ഭൂതകാലത്തിന്റെ പ്രേതങ്ങൾ അപ്പോഴും അവരെ പിന്തുടരുന്നുണ്ടായിരുന്നു. എന്നാൽ ഇനി ഭയം അവളുടെ സ്വത്വത്തെ നിയന്ത്രിക്കാൻ അവൾ അനുവദിക്കില്ല.

അനുപമയും മീനാക്ഷിയും.

രണ്ട് ജീവിതങ്ങൾ.

ഒരു ആത്മാവ്.

അതുപോലെ കാർത്തികേയനും കാർത്തികും..

'എല്ലാം സ്വീകരിക്കണം' .

അനുപമയ്ക്ക് ഒരു നിമിഷത്തെ വ്യക്തത അനുഭവപ്പെട്ടു. അവളുടെ മുന്നിൽ പരന്നുകിടന്ന കടൽ അവളുടെ ഹൃദയത്തെപ്പോലെയായിരുന്നു. വികാരങ്ങളുടെ ഉയർച്ചയും താഴ്ചയും. ഭൂതകാലത്തിന്റെയും വർത്തമാനത്തിന്റെയും ഭാവിയുടെയും പ്രതിധ്വനികൾ. അവരുടെ മുന്നിൽ അനവധി തീരുമാനങ്ങൾ കിടക്കുകയായിരുന്നു. കടൽത്തീരത്തെ മണൽത്തരികളെപ്പോലെ... ഓരോ തീരുമാനവും അവരുടെ ജീവിതത്തെ മാറ്റിമറിക്കാൻ ശേഷിയുള്ളത്. ആ തീരുമാനങ്ങൾക്കിടയിൽ അവരുടെ പ്രണയത്തിന്റെ ഹൃദയമിടിപ്പും ഉണ്ടായിരുന്നു. ചരിത്രത്തിന്റെ ഭാരത്തെ പോലും അതിജീവിക്കാൻ കഴിയുന്നത്ര ശക്തമായ പ്രണയം.

എന്നാൽ പ്രതീക്ഷയുടെ ആ പ്രകാശത്തിനിടയിലും ഒരു നിഴൽ നിലനിന്നിരുന്നു.

വരദരാജൻ.

അവൻ ഇപ്പോഴും എവിടെയോ ഉണ്ടായിരുന്നു.

ഇരുട്ടിൽ കാത്തിരുന്നു.

അവരുടെ പ്രണയത്തിന് ചരിത്രത്തിന്റെ കൊടുങ്കാറ്റിനെ അതിജീവിക്കാൻ കഴിയുമോ എന്ന് പരീക്ഷിക്കാൻ.

ആ ചിന്ത അനുപമയുടെ ഹൃദയമിടിപ്പ് കൂട്ടി. ദൂരെയുള്ള ഒരു കൊടുങ്കാറ്റിന്റെ മുന്നറിയിപ്പുപോലെ.

കാർത്തികേയന്റെ വിരലുകൾ അവളുടെ വിരലുകളുമായി കോർത്തിണങ്ങി. അത് ഐക്യത്തിന്റെ ഒരു വാഗ്ദാനമായിരുന്നു. എന്നാൽ അവളുടെ ഹൃദയത്തിന്റെ ഏറ്റവും ആഴത്തിൽ ഒരു ഭയം ഇപ്പോഴും നിലനിന്നിരുന്നു. 'ഈ കഥയുടെ അവസാനം കണ്ടെത്താൻ ഭൂതകാലത്തെ നേരിടുന്നത് മാത്രം മതിയാകുമോ?'

അല്ലെങ്കിൽ... 'ജന്മങ്ങളോളം നീണ്ടുനിന്ന ഈ പ്രണയത്തിനുവേണ്ടി വീണ്ടും ഒരു ത്യാഗം ആവശ്യമായിരിക്കുമോ?'

അവർ ഇരുവരും ഇരുണ്ടുകൊണ്ടിരുന്ന ചക്രവാളത്തിലേക്ക് നോക്കി നിന്നു.

ഓർമ്മയും യാഥാർത്ഥ്യവും തമ്മിലുള്ള ഒരു നേർത്ത പാലത്തിന്റെ മുകളിൽ...

പ്രണയത്തിന്റെയും ത്യാഗത്തിന്റെയും ഇടയിൽ...

അവർ എടുക്കുന്ന ഓരോ ചുവടും അവരുടെ ജീവിതത്തെ മാത്രമല്ല...

അവരുടെ ആത്മാക്കളെയും പുനർനിർവചിക്കാൻ പോവുകയായിരുന്നു.

7

ഭയത്തിന്റെ നിഴലുകൾ

കൊച്ചിയിലെ തന്റെ ആധുനിക അപ്പാർട്ട്മെന്റിന്റെ ബാൽക്കണിയിൽ അനുപമ നിന്നു. സമീപത്തെ കടൽത്തീരത്തുനിന്ന് ഉയർന്നുവന്ന ഉപ്പിന്റെ മണം അന്തരീക്ഷത്തിൽ നിറഞ്ഞിരുന്നു. ചുറ്റുമുള്ള ലോകം എത്ര മനോഹരമായിരുന്നാലും, തന്റെ ഹൃദയത്തിൽ അടിഞ്ഞുകൂടിയ അനിശ്ചിതത്വത്തിന്റെ ഭാരത്തിൽ നിന്ന് അവൾക്ക് മോചനം ലഭിച്ചില്ല.

വരദരാജനെക്കുറിച്ചുള്ള കഥ കാർത്തികേയൻ പറഞ്ഞിട്ട് ദിവസങ്ങൾ കഴിഞ്ഞിരുന്നു. എന്നാൽ അവന്റെ വാക്കുകളുടെ പ്രതിധ്വനി അപ്പോഴും അവളുടെ മനസ്സിൽ നിഴലുകളെപ്പോലെ പതിഞ്ഞുകിടന്നു. അവളുടെ മനസ്സ് ഒരു യുദ്ധഭൂമിയായി മാറിയിരുന്നു.

ഒരു വശത്ത് ഡോക്ടർ അനുപമ എന്ന ജീവിതം. മറ്റൊരു വശത്ത് അവൾക്ക് പൂർണ്ണമായി മനസ്സിലാക്കാൻ പോലും കഴിയാത്ത ഒരു ഭൂതകാലത്തിന്റെ പ്രതിധ്വനികൾ.

പെട്ടന്ന് അവളുടെ നട്ടെല്ലിലൂടെ ഒരു തണുപ്പ് ഇഴഞ്ഞുകയറുന്നതായി അവൾക്ക് അനുഭവപ്പെട്ടു. അദൃശ്യമായ വിരലുകൾ അവളുടെ ശരീരത്തെ സ്പർശിക്കുന്നതുപോലെ!

അവൾ ആഴത്തിൽ ശ്വാസം വലിച്ചു. സ്വയം ശാന്തമാക്കാൻ ശ്രമിച്ചു. പക്ഷേ വായുവിൽ പോലും ഒരു അശുഭസാന്നിധ്യം നിറഞ്ഞതുപോലെ തോന്നി.

അന്ന് രാവിലെ കൊച്ചിയിലെ തിരക്കേറിയ തെരുവുകളിലൂടെ നടക്കുമ്പോൾതന്നെ അവൾക്ക് എന്തോ വ്യത്യാസം അനുഭവപ്പെട്ടിരുന്നു. തെരുവുകച്ചവടക്കാരുടെ വിളികളും ആളുകളുടെ സംഭാഷണങ്ങളും പതിവുപോലെ ചുറ്റുമുണ്ടായിരുന്നെങ്കിലും, അവ എല്ലാം വളരെ ദൂരെയാണെന്ന് തോന്നി.

മെഹ്റീൻ മാത്രമല്ല, മറ്റ് സുഹൃത്തുക്കളും അവളുടെ വ്യത്യസ്തമായ പെരുമാറ്റം ശ്രദ്ധിച്ചിരുന്നു. എന്നാൽ അനുപമ പതിവുപോലെ ഒരു പുഞ്ചിരിയോടെ എല്ലാം മറച്ചുവച്ചു.

"ജോലിയുടെ ചെറിയ സമ്മർദ്ദം മാത്രമാണ്."അവൾ പറഞ്ഞു.

"You're delusional. You should see a psychiatrist immediately." മെഹ്റീൻ പറഞ്ഞത് അവൾ ഓർത്തു.

അവളുടെ അധരങ്ങളിൽ വിരിഞ്ഞ ആ പുഞ്ചിരി പോലും അന്യമായതായി തോന്നി. കാരണം അവളുടെ ഉള്ളിൽ ഒരു കൊടുങ്കാറ്റ് വീശിക്കൊണ്ടിരിക്കുകയായിരുന്നു.

ദിവസങ്ങൾ കടന്നുപോകുന്തോറും വിചിത്രമായ സംഭവങ്ങൾ അവളുടെ ജീവിതത്തിലേക്ക് കടന്നുവന്നു.

സ്വീകരണമുറിയിലെ ലൈറ്റ് കാരണമില്ലാതെ മിന്നിമറയുക.. .

ഒറ്റയ്ക്കിരിക്കുമ്പോൾ ചെവിയുടെ അരികിൽ കേൾക്കുന്ന മന്ത്രണങ്ങൾ.. .

വീട്ടിനുള്ളിൽ സ്വാഭാവികതയെക്കാൾ കൂടുതൽ സമയം നിലനിൽക്കുന്ന നിഴലുകൾ... അവയെ അവൾ എത്ര അവഗണിച്ചുവോ, അത്രയും അവ വ്യക്തവും ഭയപ്പെടുത്തുന്നതുമായി മാറി.

ആ സന്ധ്യയും വ്യത്യസ്തമായിരുന്നില്ല. ഒരു കഫേയിൽ കുറച്ച് സമയം ചെലവഴിച്ചശേഷമാണ് അവൾ വീട്ടിലേക്ക് മടങ്ങിയത്. കാപ്പിക്കപ്പുകളുടെ ശബ്ദത്തിലും ചുറ്റുമുള്ളവരുടെ ചിരിയിലും സ്വയം മറക്കാൻ അവൾ ശ്രമിച്ചിരുന്നു. പക്ഷേ ആ ചിരികൾ ഇപ്പോൾ ശൂന്യമായി തോന്നി. എന്തോ ഒന്ന് മാറിയിരുന്നു.

ഒരു ഇരുണ്ട ഊർജ്ജം കൊടുങ്കാറ്റിന് മുമ്പുള്ള മേഘങ്ങളെപ്പോലെ അവളെ ചുറ്റിപ്പറ്റിയിരുന്നു.

അവൾ കണ്ണുകൾ അടച്ചു.

നിശ്ശബ്ദമായി പ്രാർത്ഥിച്ചു.

ഭൂതകാലത്തിൽ നിന്ന് ആശ്വാസം തേടി.

പക്ഷേ ആ ഭൂതകാലം തന്നെയായിരുന്നു ഇപ്പോൾ അവളുടെ ജീവിതത്തിലേക്ക് കടന്നുവരാൻ ഒരുങ്ങുന്നത്. വീട്ടിനുള്ളിലേക്ക് കടന്നയുടൻ നിശ്ശബ്ദത അവളെ മുറുകെ പിടിച്ചു.

വസ്ത്രം ഉരസുന്ന നേരിയ ശബ്ദം...

എന്തോ താഴെ വീഴുന്ന ശബ്ദം...

അവയെല്ലാം വീടിനുള്ളിൽ അസ്വാഭാവികമായി പ്രതിധ്വനിച്ചു.

അനുപമ പതുക്കെ ഓരോ മുറികളിലൂടെയും നടന്നു.

ഓരോ ചുവടും സൂക്ഷ്മമായിരുന്നു.

അവളുടെ ഭയങ്ങളെ ഉണർത്താതിരിക്കാൻ ശ്രമിക്കുന്നതുപോലെ....

അവളുടെ വളർന്നുവരുന്ന ഭീതിയാൽ വീട്ടിലെ ഓരോ മുറിയും രൂപംമാറിയതുപോലെ അപരിചിതമായി തോന്നി. എങ്കിലും ഇതെല്ലാം തന്റെ മനസ്സിന്റെ കളി മാത്രമാണെന്ന് അവൾ സ്വയം വിശ്വസിപ്പിക്കാൻ ശ്രമിച്ചു. സമ്മർദ്ദവും ഭാവനയും ചേർന്നുണ്ടാക്കിയ ഒരു മിഥ്യാഭ്രമം മാത്രമാണെന്ന് അവൾ തൻറെ മനസ്സിനോട് പറഞ്ഞു.

അപ്പോഴായിരുന്നു അടുക്കളയിൽ നിന്ന് പെട്ടെന്ന് ഒരു വലിയ ശബ്ദം കേട്ടത്.

അനുപമ ഞെട്ടിപ്പോയി. അവൾ ഉടൻ ശബ്ദമുണ്ടായ ഭാഗത്തേക്ക് ഓടി. തണുത്ത ടൈൽ നിലത്തിൽ അവളുടെ പാദസരങ്ങൾപോലും ശബ്ദമുണ്ടാക്കിയില്ല.

അടുക്കളയിൽ എത്തിയപ്പോൾ അവൾ കണ്ടത്— അവളുടെ ഏറ്റവും ഇഷ്ടപ്പെട്ട സെറാമിക് മഗ് തകർന്നു ചിതറിക്കിടക്കുകയായിരുന്നു. ഒരു ജീവിതം തകർന്നതുപോലെ അതിന്റെ കഷണങ്ങൾ നിലത്ത് ചിതറിക്കിടന്നു.

അവൾ മുട്ടുകുത്തിയിരുന്നുകൊണ്ട് ഓരോ കഷണവും പെറുക്കിയെടുത്തു.

ജീവിതത്തിന്റെ നിസ്സാരതയെ ഓർമ്മിപ്പിക്കുന്ന കാഴ്ച.

‘ഇതെങ്ങനെ വീണു?’

‘എല്ലാം ശരിയായ സ്ഥലത്തായിരുന്നു. അപ്പോൾ ഇത് എങ്ങനെ സംഭവിച്ചു?’

“ഇത് വെറും ഒരു മഗ് മാത്രം... ആയിരുന്നു” അവൾ സ്വയം മന്ത്രിച്ചു.

എന്നാൽ കണ്ണുകളിൽ നിറഞ്ഞ കണ്ണുനീർ മറ്റെന്തോ നഷ്ടപ്പെട്ടതിന്റെ സൂചനയായിരുന്നു.

ഇത് വെറും തുടക്കമാണെന്നും, ഇതിലും ഭയാനകമായ എന്തോ ഒന്ന് വരാനിരിക്കുന്നുണ്ടെന്നും അവൾക്ക് തോന്നി. വരദരാജന്റെ ആത്മാവ് തന്റെ അടുത്തേക്ക് വരികയാണെന്ന് അവൾ തിരിച്ചറിഞ്ഞു. അവളുടെ വർത്തമാന ജീവിതത്തിലേക്ക് അതിന്റെ തണുത്ത കൈകൾ നീണ്ടുവരികയാണ്. തകർന്ന മഗ്ഗിന്റെ കഷണങ്ങൾ അവൾ ചവറ്റുകുട്ടയിലേക്ക് ഇട്ടു.

അവളുടെ ഹൃദയം അപ്പോഴും ശക്തമായി മിടിച്ചുകൊണ്ടിരുന്നു.

അത് വെറും ഭയമായിരുന്നില്ല.

അത് പരിഭ്രാന്തിയായിരുന്നു.

അവളെ ചുറ്റിപ്പറ്റിയിരുന്ന ആ മിന്നലുകളും നിഴലുകളും വെറും ഭാവനയല്ലെന്ന് അവൾക്ക് തോന്നി. ആ നിഴലുകൾ ജീവനുള്ളവയായി മാറിക്കൊണ്ടിരിക്കുകയായിരുന്നു. അവളുടെ യാഥാർത്ഥ്യവുമായി അവ ചേർന്നുപിണഞ്ഞിരുന്നു.

അന്ന് രാത്രി അനുപമയും കാർത്തികേയനും അവരുടെ പതിവ് കൂടിക്കാഴ്ച സ്ഥലത്ത് കണ്ടുമുട്ടി. കായലിനോട് ചേർന്നുള്ള ചെറിയൊരു റെസ്റ്റോറന്റ്. തണുത്ത കാറ്റ് അവരുടെ മുഖങ്ങളെ തഴുകിക്കൊണ്ടിരുന്നു. വറുത്ത മീനിന്റെയും ഇറച്ചിക്കറിയുടെയും ഗന്ധവും അന്തരീക്ഷത്തിൽ നിറഞ്ഞിരുന്നു.

കാർത്തിക് അവളെ നോക്കിയപ്പോൾ, അവന്റെ നെറ്റിയിൽ ആശങ്കയുടെ രേഖകൾ തെളിഞ്ഞു. അത് കണ്ടപ്പോൾ അനുപമയുടെ ഭയങ്ങൾ വീണ്ടും അവളെ മുറുകെ പിടിച്ചു.

“എന്താണ് പ്രശ്നം?”അവൻ ചോദിച്ചു. അവന്റെ ശബ്ദം ശാന്തവും ഉറച്ചതുമായിരുന്നു.

അവളുടെ ചിന്തകളുടെ മൂടൽമഞ്ഞിനെ തുളച്ചുകയറുന്ന ശബ്ദം. അനുപമ ഒരു പുഞ്ചിരി വരുത്താൻ ശ്രമിച്ചു. പക്ഷേ ആ പുഞ്ചിരിക്കു പിന്നിലെ വിറയൽ മറയ്ക്കാൻ കഴിഞ്ഞില്ല.

“ഒന്നുമില്ല... കുറച്ച് ക്ഷീണമുണ്ട്.” അവൾ കള്ളം പറഞ്ഞു.

കാർത്തികിൻറെ കണ്ണുകൾ അവളുടെ മുഖത്ത് തങ്ങി. സത്യം അന്വേഷിക്കുന്നതുപോലെ.

“വരദരാജനെക്കുറിച്ച് നമ്മൾ സംസാരിച്ച ദിവസം മുതൽ നിന്റെ ഉള്ളിൽ എന്തോ മാറിയിട്ടുണ്ട്.” അവൻ ശാന്തമായി പറഞ്ഞു.

അനുപമയുടെ ഉള്ളിൽ വീണ്ടും ആ അജ്ഞാതമായ ഭയം ഉയർന്നു.

അവൾ ഒരു നിമിഷം മടിച്ചു. എല്ലാം തുറന്നുപറയാൻ അവൾ ആഗ്രഹിച്ചു. പക്ഷേ അതിന്റെ ശേഷം എന്തായിരിക്കുമെന്ന ഭയം അവളെ പിടിച്ചുകെട്ടി. അവൾക്ക് ആ കഥകൾ ഓർമ്മവന്നു.

അസൂയയും പ്രതികാരവുമായി നാട് ഭരിച്ച വരദരാജന്റെ ജീവിതം. അവന്റെ കാമദാഹം. അവരുടെ വർത്തമാന ജീവിതത്തിലേക്ക് വരെ പിന്തുടർന്ന അവന്റെ ആസക്തി.

“ഞാൻ...”അവൾ പതുക്കെ തുടങ്ങി.

“എനിക്ക് എന്തോ വ്യത്യാസം തോന്നുന്നു.” അവളുടെ വിരലുകൾ മേശപ്പുറത്തിരുന്ന നാപ്കിൻ കീറിക്കൊണ്ടിരുന്നു. അവൾ കാർത്തികേയന്റെ കണ്ണുകളിലേക്ക് നേരിട്ട് നോക്കിയില്ല.

അപ്പോഴാണ് അവന്റെ കണ്ണുകളിൽ ഒരു മുറിവേറ്റ വികാരം മിന്നിമറഞ്ഞത്.

അവന്റെ മുഖഭാവം മാറി. “നീ എന്നെ അനുവദിച്ചാൽ ഞാൻ സഹായിക്കാം.”അവൻ പറഞ്ഞു.

മേശയ്ക്ക് കുറുകെ കൈ നീട്ടി. അവരുടെ വിരൽത്തുമ്പുകൾ പരസ്പരം സ്പർശിച്ചു. ആ സ്പർശം അവളുടെ ശരീരത്തിൽ ചൂട് പടർത്തി.

“എനിക്ക് കുറച്ച് സമയം വേണം. എനിക്ക് മനസ്സിലാകാത്ത ഒരുപാട് കാര്യങ്ങളുണ്ട്.” അവളുടെ ശബ്ദം ഇടറി. അനിശ്ചിതത്വത്തിന്റെ ഭാരം അവളെ മുമ്പത്തേക്കാൾ കൂടുതൽ അമർത്തിക്കൊണ്ടിരുന്നു.

അത് അവരുടെ ബന്ധത്തിനിടയിൽ കൂടുതൽ അകലം സൃഷ്ടിച്ചു. രാത്രി മുന്നോട്ട് നീങ്ങുന്തോറും അവർക്കിടയിലെ പിരിമുറുക്കവും വർധിച്ചു. മഴക്കാലത്തെ ഈർപ്പം പോലെ അത് വായുവിൽ തങ്ങിനിന്നു.

ഒരിക്കൽ ചിരികളും സന്തോഷവും നിറഞ്ഞിരുന്ന സായാഹ്നങ്ങൾ അപ്രത്യക്ഷമായിരുന്നു. അവയുടെ

സ്ഥാനത്ത് ഭൂതകാലത്തിൽ നിന്ന് വർത്തമാനത്തിലേക്ക് നീണ്ടെത്തുന്ന ഒരു അദൃശ്യ നിഴൽ നിലകൊണ്ടിരുന്നു. അത് കാർത്തികേയന്റെ കണ്ണുകളിലും അവൾ കണ്ടു. അവനും എന്തോ തിരിച്ചറിയുന്നുണ്ടെന്ന് അവൾക്ക് തോന്നി.

"എനിക്ക് പോകാൻ സമയമായി. ധ്യാനത്തിൽനിന്ന് ഉണരാൻ സമയമായി." അവൻ എഴുന്നേറ്റു.

"എവിടെയാണ് താമസിക്കുന്നത്? ഇത്രയും ദിവസമായിട്ട് ഞാൻ ചോദിക്കാൻ വിട്ടുപോയി." അവൾ ചോദിച്ചു.

അവൻ പുഞ്ചിരിച്ചു. "വാസസ്ഥലം സ്ഥൂല ശരീരികൾക്ക് മാത്രമേ ആവശ്യമുള്ളൂ. ഇത് കാർത്തികേയന്റെ സൂക്ഷ്മ ശരീരമാണ്. ഭൗതികശരീരം ശ്രീലങ്കയിലെ ഒരുഗുഹയിലാണ്. എനിക്ക് അതിലേക്ക് തിരിച്ചുപോകാൻ നേരമായി."

അവൾ അവനെ അത്ഭുതത്തോടെ നോക്കി. "ശ്രീലങ്കയിലോ!?"

"വീണ്ടും കാണാം." അവൻ അവിടെ നിന്ന് മറഞ്ഞു.

റെസ്റ്റോറന്റിലെ ആഘോഷങ്ങളും ശബ്ദങ്ങളും പിന്നിലേക്ക് അലിഞ്ഞുമാഞ്ഞു. വീട്ടിലേക്ക് നടക്കുമ്പോൾ വായുവിൽ ഒരു വിചിത്രമായ വൈദ്യുതസ്പന്ദനം അവൾക്ക് അനുഭവപ്പെട്ടു. കൊടുങ്കാറ്റിന് തൊട്ടുമുമ്പുള്ള അന്തരീക്ഷം പോലെ.

ഒടുവിൽ അവൾ വീട്ടുമുറ്റത്ത് എത്തി. പക്ഷേ വീടെന്ന ആശ്വാസം അവൾക്ക് അനുഭവപ്പെട്ടില്ല. പകരം അത് ഒരു വലയാണെന്ന് തോന്നി. അകത്തേക്ക് കടക്കുന്നതിന് മുമ്പ് അവൾ നിശ്ചലയായി നിന്നു.

കാർത്തിക് പറഞ്ഞ കഥകൾ അവൾ ഓർത്തു.

ശാപം.

പുനർജന്മം.

ഭൂതകാലത്തിന്റെ ബന്ധനം. താനും ആ ചക്രത്തിൽ കുടുങ്ങിയിരിക്കാമെന്ന ചിന്ത അവളെ ഭയപ്പെടുത്തി.

അവരുടെ പഴയ ജീവിതങ്ങളെ പിന്തുടർന്ന വിധി വീണ്ടും അവളെ തേടിയെത്തുകയാണെങ്കിൽ?

വരദരാജൻ വീണ്ടും പ്രത്യക്ഷപ്പെടുകയാണെങ്കിൽ?

തനിക്കുള്ളതെന്ന് അവൻ കരുതിയത് തിരികെ ആവശ്യപ്പെടുകയാണെങ്കിൽ?

ആ ചിന്ത അവളുടെ ശരീരത്തിലൂടെ ഒരു തണുത്ത വിറയൽ പടർത്തി.

അവൾ ആഴത്തിൽ ശ്വാസം വലിച്ചു.

ശേഷം വാതിൽ തുറന്നു. വാതിൽ തുറക്കുന്ന ശബ്ദം അസ്വാഭാവികമായി ഉച്ചത്തിൽ കേട്ടു. അത് വീടിനുള്ളിൽ പ്രകമ്പനം കൊണ്ടു. വീട്ടിനുള്ളിലെ നിഴലുകൾ കൂടുതൽ ഇരുണ്ടതായി തോന്നി.

അവൾ ഒരു ചുവട് മുന്നോട്ട് വെച്ചു.

അപ്പോഴാണ്, അവൾ അത് കേട്ടു- വ്യക്തമായ ഒരു മന്ത്രണം!

തണുത്ത ശ്വാസം പോലെ ഒരു ശബ്ദം.

അവളുടെ മനസ്സിനുള്ളിൽ മുഴങ്ങുന്ന ശബ്ദം.

“എന്റെ മീനാക്ഷീ... എന്റെമാത്രം മീനാക്ഷീ... വിധിയിൽ നിന്ന് നിനക്ക് രക്ഷപ്പെടാൻ കഴിയില്ല...”

ആ വാക്കുകൾ അവളുടെ ഹൃദയത്തിലേക്ക് കുത്തിയിറങ്ങിയ മൂർച്ചയുള്ള കത്തിപോലെയായിരുന്നു.

ഭയം അവളുടെ ശരീരമാകെ പടർന്നു.

അനുപമ പിന്നിലേക്ക് തെന്നിമാറി.

അവളുടെ പുറകുവശം വാതിലിൽ ഇടിച്ചു. ശ്വാസം മുട്ടി. തൊണ്ട വരണ്ടുപോയി.

ഒരു നിമിഷത്തിനുള്ളിൽ അവളുടെ ലോകം തകർന്നുവീണു.

ഭൂതകാലത്തിനും വർത്തമാനത്തിനുമിടയിലുള്ള അതിർത്തി ഇല്ലാതായി. നിഴലുകൾ രൂപം പ്രാപിക്കാൻ

തുടങ്ങി. അന്തരീക്ഷം അശുഭസാന്നിധ്യം കൊണ്ട് ഭാരപ്പെട്ടു. അനുപമ അനങ്ങാൻ പോലും കഴിയാതെ നിന്നു.

വരദരാജനുമായുള്ള കൂടിക്കാഴ്ച ഇനി വെറും ഒരു പഴയ കഥമാത്രം ആയിരുന്നില്ല. അത് യാഥാർത്ഥ്യമായി മാറിക്കൊണ്ടിരുന്നു. അത് വളരെ അടുത്തെത്തിയിരുന്നു. ആ ഭയാനകമായ തിരിച്ചറിവിന്റെ നിമിഷത്തിൽ അവൾ ഒരു സത്യം മനസ്സിലാക്കി. ഇനി മുന്നോട്ട് പോകണമെങ്കിൽ അവൾ ഭൂതകാലത്തിന്റെ നിഴലുകളെ നേരിടേണ്ടിവരും. അല്ലെങ്കിൽ അവ തന്നെ വിഴുങ്ങും.

വരദരാജന്റെ സാന്നിധ്യം അവളെ ചുറ്റിപ്പറ്റിയതായി തോന്നി. അവന്റെ ഇരുണ്ട ഊർജ്ജം അവളുടെ ആത്മാവിലേക്ക് പതുക്കെ പടരുന്നതുപോലെ. അവളുടെ ഉള്ളിൽ വികാരങ്ങളുടെ ഒരു പ്രളയം ഉയർന്നു.

ഭയം...

വേദന...

കോപം...

അനിശ്ചിതത്വം...

എന്നാൽ അവയെല്ലാം മറികടന്ന് ഒരു തീരുമാനം രൂപംകൊണ്ടു.

ഒളിച്ചോടിക്കൊണ്ടിരിക്കാനാവില്ല. സത്യത്തെ നേരിടേണ്ടതുണ്ട്. തന്റെ പാരമ്പര്യത്തിന്റെ രഹസ്യങ്ങൾ മനസ്സിലാക്കേണ്ടതുണ്ട്.

സമയം കൈവിട്ട് പോകുകയായിരുന്നു.

ഓരോ നിമിഷവും...

ഓരോ ശ്വാസവും...

നിഴലുകൾക്ക് കൂടുതൽ കട്ടികൂടിക്കൊണ്ടിരുന്നു.

ഭയം ഹൃദയത്തെ കീറിമുറിച്ചുകൊണ്ടിരുന്നെങ്കിലും അനുപമ ഉറച്ചുനിന്നു. അനിശ്ചിതത്വത്തിന്റെ അഗാധതയിലേക്ക് അവൾ നോക്കി. ഏതുവിധേനയും

ഒരിക്കൽ മറഞ്ഞുകിടന്നിരുന്ന എല്ലാ രഹസ്യങ്ങളും വെളിച്ചത്തിലേക്ക് വരുമെന്ന് അവൾക്കറിയാമായിരുന്നു. വിധിയുടെ മതിലുകളിൽ പ്രതിധ്വനിക്കുന്ന മൃദംഗനാദം പോലെ അവളുടെ ഹൃദയം ശക്തമായി മിടിച്ചു.

അവൾ തിരിഞ്ഞുനിന്നു.

ശ്വാസം വലിച്ചു.

എന്നാൽ ആ ശ്വാസം പോലും വിറച്ചുകൊണ്ടിരുന്നു.

കൊടുങ്കാറ്റ് എത്തിയിരിക്കുന്നു.

അത് ഇതിനകം തന്നെ അവളുടെ ജീവിതത്തിലേക്ക് കടന്നുകഴിഞ്ഞിരുന്നു.

വരദരാജന്റെ നിഴൽ വീണ്ടും ഉണർന്നിരുന്നു.

അനുപമയുടെയും കാർത്തികേയന്റെയും വിധി വീണ്ടും പരീക്ഷിക്കപ്പെടാൻ പോകുകയായിരുന്നു.

ഇനി പിന്നോട്ടില്ല.

ഇനി രക്ഷപ്പെടാനില്ല.

നേരിടുക മാത്രമാണ് വഴി.

അങ്ങനെ ഭയത്തിന്റെ നിഴലുകൾക്കിടയിലൂടെ, വിധിയുടെ ഇരുണ്ട പാതയിലേക്ക് അനുപമ തന്റെ അടുത്ത ചുവടുവെക്കാൻ തയ്യാറായി.

8

ആത്മാവിന്റെ ഇരുണ്ട രാത്രി

കൊച്ചിയുടെ സജീവമായ തെരുവുകളിൽ, അനുപമ നിരാശയുടെ അഗാധതയുടെ വക്കിൽ നിൽക്കുകയായിരുന്നു. തിരക്കേറിയ മാർക്കറ്റുകളിൽ കച്ചവടക്കാരുടെ വിളികൾ മുഴങ്ങിക്കൊണ്ടിരുന്നു. വായുവിൽ സുഗന്ധവ്യഞ്ജനങ്ങളുടെയും പഴുത്ത മാമ്പഴങ്ങളുടെയും മണം നിറഞ്ഞിരുന്നു. എന്നാൽ അവൾക്ക് അതൊന്നുമായും യാതൊരു ബന്ധമില്ലാത്തതുപോലെ തോന്നി.

ഇടുങ്ങിയ വഴികളിലൂടെ നടക്കുമ്പോൾ അവളുടെ കാഴ്ചയിലുടനീളം ചില നിഴലുകൾ തങ്ങിനിന്നു. വരദരാജന്റെ മന്ത്രണങ്ങൾ അവളുടെ ഉള്ളിലൂടെ ഇഴഞ്ഞുകയറി. അവളുടെ ശരീരത്തിലാകെ തണുപ്പ് പടർന്നു. പരമ്പരാഗത അലങ്കാരങ്ങളുള്ള സൂക്ഷ്മമായ എംബ്രോയ്ഡറി ചെയ്ത ചെരുപ്പുകൾ ധരിച്ച അവളുടെ പാദങ്ങൾ കൽപ്പാതയിൽ നേരിയ സ്പർശം മാത്രമേ സൃഷ്ടിച്ചുള്ളൂ. ഭൂമി പോലും അവളുടെ മനസ്സിലെ കലഹം തിരിച്ചറിഞ്ഞതുപോലെ. ഭൂതകാലത്തിന്റെ പ്രതിധ്വനികൾ ഓരോ ചുവടിലും അവളെ പിന്തുടർന്നു. പ്രത്യേകിച്ച് കാഞ്ചീപുരത്തിന്റെ പുരാതന ഓർമ്മകൾ. അവൾ ഒരിക്കലും ശാരീരികമായി ജീവിച്ചിട്ടില്ലാത്ത

ഒരു ലോകം. എന്നാൽ മാനസികമായി അവളുമായി ബന്ധിക്കപ്പെട്ട ഒരു ലോകം. അവൾ തിരിയുന്ന ഓരോ മൂലയും അവളുടെ ഹൃദയത്തെയും ആത്മാവിനെയും കുടുക്കിയ പ്രണയത്രികോണത്തെ ഓർമ്മിപ്പിച്ചു.

പ്രഭാതത്തിന്റെ ആദ്യകിരണങ്ങളെപ്പോലെ പ്രകാശമാർന്ന കാർത്തികേയന്റെ ചിരി. അതിന് വിപരീതമായി നിലാവിൽ നിശ്ശബ്ദമായി അവളെ ശ്വാസംമുട്ടിച്ച വരദരാജന്റെ ഇരുണ്ട ആകർഷണം. അവരുടെ പരസ്പരം പിണഞ്ഞ വിധികൾ ഒരു ശാപംപോലെ തോന്നി. വീണ്ടും വീണ്ടും ആവർത്തിച്ച് ഒടുവിൽ അവളെ പൂർണ്ണമായും വിഴുങ്ങാൻ തയ്യാറായ ഒരു ശാപം. ഒടുവിൽ നഗരത്തിന്റെ അതിർത്തിയിലുള്ള പുരാതന ക്ഷേത്രത്തിലെത്തിയപ്പോൾ അനുപമ നിശ്ചലയായി നിന്നു. നൂറ്റാണ്ടുകളെ അതിജീവിച്ച ആ പഴയ കല്ലുകളിലേക്ക് അവൾ നോക്കി. അവിടെ ചരിത്രം മറന്നുപോയ ത്യാഗങ്ങളുടെയും വിരഹങ്ങളുടെയും കഥകൾ മന്ത്രിക്കുന്നുണ്ടായിരുന്നു.

“നിങ്ങൾ അവയെ കേൾക്കുന്നുണ്ടോ?” അവൾ കല്ലുകളോട് ചോദിച്ചു.

ക്ഷേത്രത്തിന്റെ ശാന്തമായ ശ്രീകോവിലിനുള്ളിലാണ് അനുപമയ്ക്ക് പലപ്പോഴും ചെറിയൊരു ആശ്വാസം ലഭിച്ചിരുന്നത്. അവളുടെ അസ്വസ്ഥമായ ഹൃദയത്തിന്റെ കോലാഹലത്തിൽ നിന്ന് ഒരു താൽക്കാലിക മോചനം.

അവൾ ചെരുപ്പുകൾ അഴിച്ചുമാറ്റി. ക്ഷേത്രത്തിന്റെ തണുത്തതും മിനുസമാർന്നതുമായ തറയിലേക്ക് അവളുടെ നഗ്നപാദങ്ങൾ സ്പർശിച്ചു. അനവധി പ്രാർത്ഥനകൾക്ക് സാക്ഷ്യം വഹിച്ച ആ പുണ്യഭൂമിയുമായി അവൾ ഒന്നായി. കളഭത്തിന്റെ സുഗന്ധം അന്തരീക്ഷത്തിൽ നിറഞ്ഞിരുന്നു.

എന്നാൽ അന്ന് അന്തരീക്ഷം വ്യത്യസ്തമായിരുന്നു. ഭാരമുള്ളതും അനിശ്ചിതത്വം നിറഞ്ഞതുമായ ഒരു അനുഭവം.

അനുപമ കണ്ണുകൾ അടച്ചു. മനസ്സിലെ കലഹങ്ങളെ നിശ്ശബ്ദമാക്കാൻ ശ്രമിച്ചു. പക്ഷേ അവൾ കണ്ടത് ഒരേയൊരു മുഖം മാത്രം.

വരദരാജൻ.

അവന്റെ തുളച്ചുകയറുന്ന തീവ്രമായ നോട്ടം.

എന്തോ ആവശ്യപ്പെടുന്നത് പോലെ...

യാചിക്കുന്നത് പോലെ...

“മീനാക്ഷീ...”അവന്റെ ശബ്ദം അവളുടെ ചെവികളിൽ മുഴങ്ങി. ഒരു തേങ്ങൽ അവളുടെ തൊണ്ടയിൽ കുടുങ്ങി. പ്രണയം എന്ന വികാരത്തിന്റെ സ്വഭാവത്തെക്കുറിച്ച് അവൾ സ്വയം ചോദ്യം ചെയ്തു.

‘ഇത്രയധികം വേദനാജനകമായിരിക്കണമോ പ്രണയം?’

കാർത്തികേയനോടൊപ്പമുള്ള സന്തോഷനിമിഷങ്ങൾ അവളുടെ മനസ്സിലൂടെ കടന്നുപോയി. കായലോരങ്ങളിൽ പങ്കുവെച്ച ചിരികൾ. ഒരായിരം വാക്കുകൾക്ക് തുല്യമായിരുന്ന നിശ്ശബ്ദ നോട്ടങ്ങൾ. എന്നാൽ ഇപ്പോൾ അവൾ നേരിടുന്നത് വരദരാജന്റെ ശ്വാസംമുട്ടിക്കുന്ന സാന്നിധ്യമായിരുന്നു. അവന്റെ ആഗ്രഹങ്ങൾ പ്രണയത്തേക്കാൾ കൂടുതൽ ഒരു തീരാത്ത വിശപ്പുപോലെയായിരുന്നു. അവളുടെ കവിളുകളിലൂടെ കണ്ണുനീർ ഒഴുകി. നിരാശയുടെ ഏറ്റവും ആഴത്തിലുള്ള നിലയിലേക്ക് അവൾ എത്തി. ക്ഷേത്രത്തിന്റെ ഒരു മൂലയിൽ അവൾ തളർന്നിരുന്നു. പുരാതനമായ ഭിത്തിയിലേക്ക് ചാരിയിരുന്നു.

ദൈവികമായ ഒരു മറുപടിക്കായി ആകാശത്തേക്ക് നോക്കി അവൾ മന്ത്രിച്ചു.

പെട്ടെന്ന് ക്ഷേത്രത്തിനുള്ളിൽ തണുപ്പ് വർധിച്ചു. എണ്ണവിളക്കുകൾ മിന്നിമറയാൻ തുടങ്ങി. ശക്തമായ കാറ്റ് ശ്രീകോവിലിനുള്ളിലൂടെ വീശിയടിച്ചു.

അനുപമ നിശ്ചലയായി.

ഭക്തരുടെ മന്ത്രോച്ചാരണങ്ങൾ ഇപ്പോൾ വളരെ ദൂരെയാണെന്ന് തോന്നി.

അവയുടെ ശബ്ദം മങ്ങിയിരുന്നു. കാണാൻ കഴിയുന്ന ലോകത്തിന് അടിയിൽ മറഞ്ഞിരിക്കുന്ന മറ്റൊരു യാഥാർത്ഥ്യത്തിലേക്ക് അവൾ വഴുതി വീണതുപോലെ.

അപ്പോഴാണ് മന്ദഗതിയിൽ കൃത്യമായ താളത്തോട് കൂടിയ ഒരു കാലടിശബ്ദം അവൾ കേട്ടത്.

ആ ശബ്ദം ക്ഷേത്രസ്തംഭങ്ങൾക്ക് അപ്പുറമുള്ള ഇരുട്ടിൽ നിന്ന് തന്റെ അടുത്തേക്ക് വരുന്നത് പോലെ അവൾക്ക് തോന്നി. അവളുടെ ഹൃദയമിടിപ്പ് വേഗത്തിലായി.

പുരാതന ക്ഷേത്രത്തിന്റെ നിശ്ശബ്ദതയിൽ ആ ശബ്ദം പ്രതിധ്വനിച്ചു.

ഒരു ചുവട്.

പിന്നെ മറ്റൊന്ന്...

വീണ്ടും മറ്റൊന്ന്...

അനുപമ തിരിഞ്ഞുനോക്കി.

ഇടനാഴിയുടെ അറ്റത്ത് ഉയരമുള്ള ഒരു രൂപം നിന്നിരുന്നു. അവന്റെ മുഖം നിഴലുകൾക്കുള്ളിൽ മറഞ്ഞിരുന്നു.

അത് ആരാണെന്ന് അവളുടെ ഉപബോധ മനസ്സ് പറഞ്ഞു.

വരദരാജൻ!

അവൾ ഭയന്ന് വിറച്ചു.

ആ രൂപം പതുക്കെ അടുത്തുവന്നു.

നടന്നല്ല. ഒഴുകിവരുന്നതുപോലെ.

കാലം തന്നെ അവനെ മുന്നോട്ട് കൊണ്ടുപോകുന്നതുപോലെ.

“മീനാക്ഷി, നിനക്ക് എന്നെ ഓർമ്മയുണ്ട്...” അവന്റെ ശബ്ദം താഴ്ന്നതായിരുന്നു. ആഴമുള്ളതായിരുന്നു.

അനുപമയുടെ രക്തം തണുത്തുറഞ്ഞുപോയി.

“ഇല്ല...” അവളുടെ നിഷേധം അറിയാതെ അധരങ്ങളിൽ നിന്ന് ശബ്ദം പുറത്തുവന്നു.

ആ രൂപം പുഞ്ചിരിച്ചു. വേദന നിറഞ്ഞ ഒരു പുഞ്ചിരി.

ഒരു അസുരന്റെ പുഞ്ചിരിയല്ല.

തകർന്നുപോയ ഒരു മനുഷ്യന്റെ പുഞ്ചിരി.

“നിനക്ക് ഓർമ്മയുണ്ട്...”

അപ്പോഴേക്കും പല ചിത്രങ്ങൾ അവളുടെ മനസ്സിൽ പൊട്ടിത്തെറിച്ചു.

ഒരു കൊട്ടാരം...

ഒരു വിവാഹം...

ഒരു യാഗാഗ്നി...

ഒരു വാൾ...

രക്തം...

നിലവിളികൾ...

കരയുന്ന മീനാക്ഷി...

എന്നാൽ അവളെ ഏറ്റവും കൂടുതൽ ഞെട്ടിച്ചത് ആ അക്രമണമല്ലായിരുന്നു.

ഒരു തിരിച്ചറിവായിരുന്നു. വരദരാജൻ എല്ലായ്പ്പോഴും ക്രൂരനായിരുന്നില്ല.

ഒരുകാലത്ത് അവനും സ്നേഹിച്ചിരുന്നു.

ഒരുകാലത്ത് അവനും സ്വപ്നങ്ങൾ കണ്ടിരുന്നു.

ഒരുകാലത്ത് അവനും പ്രതീക്ഷകൾ ഉണ്ടായിരുന്നു.

പക്ഷേ ആ പ്രതീക്ഷകൾ തകർന്നപ്പോൾ...

ആസക്തിയും അധീനതയും അവനെ വിഴുങ്ങി.

ആ തിരിച്ചറിവ് അവളെ നടുക്കി.

വർഷങ്ങളായി അവൾ അവനെ ഇരുട്ടായി മാത്രമാണ് കണ്ടിരുന്നത്. പക്ഷേ ഇപ്പോൾ അവൾ കണ്ടത് അതിലും ഭയാനകമായ ഒന്നായിരുന്നു. വിട്ടുകളയാൻ കഴിയാത്ത ഒരു മുറിവേറ്റ ആത്മാവ്!

“നീ എന്നെ നിന്റെ ശത്രുവാണെന്ന് കരുതുന്നു...”ആ ശബ്ദം മന്ത്രിച്ചു. “പക്ഷേ ഞാൻ നിന്റെ ശത്രുവല്ല...”

“ഞാൻ നിന്റെ പ്രവൃത്തികളുടെ ഫലമാണ്. നിന്റെ ഓരോ ചുവടും എന്നെ നിന്നിലേക്ക് കൂടുതൽ ആകർഷിച്ചു. അത്രയ്ക്കും ആഗ്രഹിച്ചുപോയി.”

ക്ഷേത്രം വിറച്ചു.

ആ വാക്കുകൾ ഇടിമുഴക്കം പോലെ അവളുടെ ഉള്ളിൽ പതിച്ചു.

“എന്താണ് അതിന്റെ അർത്ഥം?” അവൾ വിറയ്ക്കുന്ന ശബ്ദത്തിൽ ചോദിച്ചു.

ഒരു നിമിഷത്തേക്ക് ആ രൂപത്തിന്റെ കണ്ണുകൾ വ്യക്തമായി. അവയിൽ വിദ്വേഷമുണ്ടായിരുന്നില്ല.

ദുഃഖമായിരുന്നു. നൂറ്റാണ്ടുകളുടെ ദുഃഖം.

പിന്നെ അവൻ സംസാരിച്ചു.

“ഈ അവസ്ഥ എന്നിൽ നിന്നല്ല ആരംഭിച്ചത്...”

അനുപമയ്ക്ക് മറ്റൊരു ചോദ്യം ചോദിക്കാൻ കഴിയുന്നതിന് മുമ്പേ ആ ദൃശ്യം തകർന്നുവീണു. വിളക്കുകൾ വീണ്ടും സ്ഥിരത കൈവരിച്ചു. മന്ത്രോച്ചാരണങ്ങൾ വീണ്ടും വ്യക്തമായി കേൾക്കാൻ തുടങ്ങി.

ക്ഷേത്രം പഴയപടിയായി.

എന്നാൽ ഭയം മാറിയില്ല.

കാരണം ആദ്യമായി അവൾ ഒരു ഭീകര സത്യം മനസ്സിലാക്കി. താൻ വിശ്വസിച്ചിരുന്ന കഥ പൂർണ്ണമായിരുന്നില്ല.

ആരെങ്കിലും ഒരാൾ കള്ളം പറഞ്ഞിരുന്നു.

അല്ലെങ്കിൽ...

ഏറ്റവും പ്രധാനപ്പെട്ട എന്തോ ഒന്ന് മറച്ചുവെച്ചിരുന്നു.

മീനാക്ഷിയുടെയും കാർത്തികേയന്റെയും വരദരാജന്റെയും യഥാർത്ഥ കഥ...

താൻ ഇതുവരെ കരുതിയതിലും വളരെ ഇരുണ്ടതായിരുന്നു.

അവളുടെ ഉള്ളിൽ മറ്റൊരു ശക്തമായ ആഗ്രഹം ഉണർന്നു.

നൃത്തം ചെയ്യണം.

ആ പ്രാഥമികമായ വികാരം അവളുടെ ആത്മാവിന്റെ ആഴങ്ങളിൽ നിന്ന് ഉയർന്നു.തന്റെ ഉള്ളിൽ വീശിയടിക്കുന്ന കൊടുങ്കാറ്റിനെ ചലനങ്ങളിലൂടെ പ്രകടിപ്പിക്കാനുള്ള അടങ്ങാത്ത ആഗ്രഹം.

“നൃത്തം ചെയ്യൂ, അനുപമാ...” അവളുടെ മനസ്സ് മന്ത്രിച്ചു.

കുട്ടിക്കാലത്തിന്റെ ഓർമ്മകൾ അവളിൽ ഉണർന്നു.വികാരങ്ങളെ നൃത്തത്തിലൂടെ പ്രകടിപ്പിച്ചിരുന്ന ദിവസങ്ങൾ.

അതിൽ നിന്ന് ലഭിച്ചിരുന്ന സന്തോഷം.

അവൾ വീണ്ടും ക്ഷേത്രത്തിന്റെ നടുവിലേക്ക് നടന്നു.

എണ്ണവിളക്കുകളുടെ മൃദുവായ വെളിച്ചം അവളുടെ ഹൃദയമിടിപ്പിനൊപ്പം ചലിക്കുന്നതുപോലെ തോന്നി.

ഒരു ദീർഘശ്വാസമെടുത്ത് അവൾ സ്വയം പൂർണ്ണമായി വിട്ടുകൊടുത്തു.

അവളുടെ ദുഃഖം നൃത്തത്തിന്റെ രൂപത്തിൽ പൊട്ടിത്തെറിച്ചു.

കൈകളുടെ ഒഴുകുന്ന ചലനങ്ങൾ...

ശരീരത്തിന്റെ മൃദുലമായ വളവുകൾ..

അവളുടെ ആത്മാവിന്റെ വിലാപം ലോകത്തോട് വിളിച്ചുപറഞ്ഞു.

ഓരോ ചുവടും നിലത്ത് പതിക്കുമ്പോൾ ഒരു ഹൃദയമിടിപ്പുപോലെ പ്രതിധ്വനിച്ചു.

അംഗീകാരം തേടുന്ന ഒരു ഹൃദയം.

സ്വാതന്ത്ര്യം തേടുന്ന ഒരു ആത്മാവ്.

ആ നിമിഷത്തിൽ നിരാശയുടെ മൂടുപടം പതുക്കെ അകന്നു തുടങ്ങി.

വ്യക്തതയുടെ പ്രകാശം അവളുടെ ബോധത്തിലേക്ക് ഒഴുകിയെത്തി.

അവൾ വെറും അനുപമ മാത്രമല്ലായിരുന്നു. വിധിയും പ്രണയവും ചേർന്ന് നെയ്ത വലയിൽ കുടുങ്ങിയ ഒരു സ്ത്രീ മാത്രമല്ല. ഭൂതകാലവും വർത്തമാനവും ചേർന്ന് രൂപപ്പെടുത്തിയ ഒരു ആത്മാവ്. അവളുടെ ഓരോ തിരിവും ഓരോ ചുവടും വെറും വേദനയുടെ പ്രകടനമായിരുന്നില്ല. അത് അവളുടെ ശക്തിയുടെ അംഗീകാരമായിരുന്നു. അവളുടെ പാരമ്പര്യത്തിന്റെ പ്രതിധ്വനികൾ ഇന്നത്തെ അവളുമായി ലയിച്ചു. ഒരിക്കലും പൊട്ടാത്ത പ്രപഞ്ചത്തിന്റെ നൂലിഴപോലെ.

അവൾ ആരായിരുന്നു.

അവൾ ആരായിക്കൊണ്ടിരിക്കുന്നു.

അതിന് മുമ്പ് ജീവിച്ചവർ ആരായിരുന്നു.

അവയെല്ലാം ഒരു നിമിഷത്തിൽ ഒന്നായി.

കാഞ്ചീപുരത്തിന്റെ ഓർമ്മകൾ അവളുടെ ഉള്ളിൽ വീണ്ടും വിരിഞ്ഞു.

കാലവും വിധിയും വേർപെടുത്തിയ പ്രണയിനികളുടെ കഥകൾ.

ത്യാഗത്തിന്റെ ഗാനങ്ങൾ അവളുടെ ഹൃദയത്തിൽ മുഴങ്ങി.

നൃത്തം അതിന്റെ ഉച്ചസ്ഥായിയിലെത്തി.

അനുപമ തന്റെ യഥാർത്ഥ സ്വഭാവവുമായി കൂടുതൽ ആഴത്തിൽ ബന്ധപ്പെട്ടു. വിയർപ്പും കണ്ണുനീരും അവളുടെ മുഖത്ത് ഒന്നായി ചേർന്നു. എന്നാൽ ഇപ്പോൾ അവളുടെ ഉള്ളിൽ നിരാശയല്ല. അടക്കാനാവാത്ത ദൃഢനിശ്ചയമായിരുന്നു.

ആ നിമിഷത്തിൽ അവൾ ഒരു സത്യം തിരിച്ചറിഞ്ഞു.

പ്രണയം ഉടമസ്ഥതയല്ല. പ്രണയം, സംരക്ഷിക്കേണ്ടതിനെ സംരക്ഷിക്കാൻ നടത്തുന്ന പോരാട്ടമാണ്.

ഏറ്റവും ഇരുണ്ട സമയങ്ങളിൽ പോലും...

ഒടുവിൽ അവൾ നിശ്ചലയായി.

എന്നാൽ ഇത്തവണ അവളുടെ ഹൃദയം വേഗത്തിൽ മിടിച്ചത് നിരാശ കൊണ്ടല്ല. പ്രതീക്ഷ കൊണ്ടായിരുന്നു.

വെല്ലുവിളിയെ നേരിടാനുള്ള ധൈര്യം കൊണ്ടായിരുന്നു.

ഒരു നിർണായക സത്യം അവൾ കണ്ടെത്തി.

ഭൂതകാലം അവളുടെ ഭാവിയെ നിർണ്ണയിക്കേണ്ടതില്ല. വരദരാജന്റെ ഇരുണ്ട ആഗ്രഹങ്ങളെ നേരിടാനുള്ള ശക്തി അവൾക്കുണ്ട്.

ആ ക്ഷേത്രത്തിന്റെ ഹൃദയഭാഗത്ത് നിന്ന്, അനുപമയ്ക്ക് അചഞ്ചലമായ ഒരു ധൈര്യം ലഭിച്ചു.

പുതിയ ശക്തിയോടെ അവൾ ക്ഷേത്രത്തിൽ നിന്ന് പുറത്തേക്ക് നടന്നു.

മേഘങ്ങൾക്കിടയിലൂടെ സൂര്യകിരണങ്ങൾ പൊട്ടിവന്നു.

സ്വർണവെളിച്ചം അവളുടെ ശരീരത്തിലേക്ക് പതിച്ചു.

ഇനി അവൾ കൊടുങ്കാറ്റിനുള്ളിലേക്ക് തന്നെ നടക്കും. വരദരാജനെയും അവനെ ചുറ്റിപ്പറ്റിയ നിഴലുകളെയും നേരിടാൻ തയ്യാറായി.

അപ്പോഴാണ് അവളുടെ ഫോൺ ശബ്ദിച്ചത്.

അജ്ഞാതമായ ഒരു നമ്പറിൽ നിന്ന് ഒരു സന്ദേശം.

അവൾ നെറ്റിചുളിച്ചു.

ഒരു ചിത്രം മാത്രം.

അവളുടെ ശ്വാസം നിലച്ചു.

അത് ഒരു പുരാതന ചിത്രമായിരുന്നു.

ക്ഷേത്രഭിത്തിയിൽ സംരക്ഷിക്കപ്പെട്ടിരുന്ന മങ്ങിയൊരു ചിത്രം.

അതിൽ മൂന്ന് പേർ നിന്നിരുന്നു.

മീനാക്ഷി, കാർത്തികേയൻപിന്നെ വരദരാജൻ.

എന്നാൽ അവളെ ഭയപ്പെടുത്തിയത് ആ ചിത്രം അല്ലായിരുന്നു.

അതിന് താഴെ വന്ന സന്ദേശമായിരുന്നു.

"നിനക്ക് കഥയുടെ പകുതി മാത്രമേ ഓർമ്മയുള്ളൂ."

അനുപമ സ്ക്രീനിലേക്ക് നോക്കി.

അവളുടെ ഹൃദയം ശക്തമായി മിടിച്ചു.

വീണ്ടും ഒരു സന്ദേശം എത്തി.

"സത്യം അറിയണമെങ്കിൽ വീണ്ടും കാഞ്ചീപുരത്തേക്ക് വരിക."

മൂന്നാമത്തെ സന്ദേശവും എത്തി.

"അവൻ നാന്നൂറ് വർഷങ്ങൾക്ക് ശേഷം അതേ സ്ഥൂലശരീരത്തിൽ തിരിച്ചെത്തിയിരിക്കുന്നു.

അവൾ മറുപടി നൽകുന്നതിന് മുമ്പ് ആ നമ്പർ അപ്രത്യക്ഷമായി.

സന്ദേശങ്ങളും ഇല്ലാതായി.

അവ ഒരിക്കലും ഉണ്ടായിരുന്നില്ലെന്നപോലെ...

കൊച്ചിയുടെ ഇരുണ്ടുവരുന്ന ആകാശത്തിൻ കീഴിൽ അനുപമ സ്തബ്ധയായി നിന്നു.

അതേസമയം...

കാഞ്ചീപുരത്ത്... നൂറ്റാണ്ടുകൾ പഴക്കമുള്ള ഒരു ക്ഷേത്രത്തിന്റെ മുന്നിൽ ഒരു മനുഷ്യൻ ധ്യാനത്തിൽ ഇരുന്നിരുന്നു. അവൻ പതുക്കെ തന്റെ കണ്ണുകൾ തുറന്നു. അവന്റെ മുഖത്ത് ദൈവികമായ ഒരു പ്രകാശം തെളിഞ്ഞു.

9

വിധിയിലേക്കുള്ള നൃത്തം

കാഞ്ചിപുരത്തെ ആ ക്ഷേത്രം മഹത്വത്തോടെയും കാലാതീതമായ സൗന്ദര്യത്തോടെയും നിലകൊണ്ടിരുന്നു. നൂറ്റാണ്ടുകളായുള്ള ഭക്തിയും ചരിത്രവും അതിന്റെ പുരാതന കൽഭിത്തികളെ മിനുസമാർന്നതാക്കി മാറ്റിയിരുന്നു. ഓരോ ശില്പവും ഓരോ ദേവപ്രതിമയും ഓരോ കഥ പറയുന്നതുപോലെ തോന്നി; സാധാരണ വാസ്തുവിദ്യയെ ജീവനുള്ള വിശ്വാസത്തിന്റെ സ്മാരകമാക്കി മാറ്റുന്ന കഥകൾ.

സൂര്യൻ പടിഞ്ഞാറൻ ആകാശത്തിലേക്ക് താഴ്ന്നിറങ്ങുമ്പോൾ, ചുവന്ന മണൽക്കല്ലുകളിൽ സ്വർണ്ണപ്രകാശം പരന്നു. അന്തരീക്ഷത്തിൽ ഒരു പ്രത്യേക ആവേശം നിറഞ്ഞു. അനുപമ തന്റെ ഭരതനാട്യ അവതരണത്തിനായി തയ്യാറെടുക്കുകയായിരുന്നു. ക്ഷേത്രസമുച്ചയത്തിന്റെ ഹൃദയഭാഗത്ത്, പൂജകളുടെ ശബ്ദവും പുരാതന മന്ത്രോച്ചാരണങ്ങളുടെയും പ്രതിധ്വനികളും നിറഞ്ഞ അന്തരീക്ഷത്തിൽ, അനുപമ വേദിക്കു പിന്നിൽ നിൽക്കുകയായിരുന്നു.

അവൾ ആഴത്തിൽ ശ്വാസമെടുത്തു. നീലയും മരതകപ്പച്ചയും നിറങ്ങൾ ചേർന്ന പട്ട് വസ്ത്രം അവളുടെ ശരീരത്തെ മനോഹരമായി പൊതിഞ്ഞിരുന്നു. വസ്ത്രത്തിലെ

അലങ്കാര രൂപങ്ങൾ അവളുടെ പൂർവികരുടെ കഥകൾ നെയ്തെടുത്തതുപോലെ തോന്നി.

ചന്ദനത്തിന്റെ സുഗന്ധം വായുവിൽ നിറഞ്ഞുനിന്നു. അതോടൊപ്പം ക്ഷേത്രത്തിലേക്ക് ഒഴുകിയെത്തുന്ന ജനക്കൂട്ടത്തിന്റെ ശബ്ദങ്ങളും ചേർന്നു—നിശബ്ദമായ സംഭാഷണങ്ങൾ, ചിരികൾ, പട്ടുസാരികളുടെ മൃദുലമായ ശബ്ദങ്ങൾ.

അവൾ വെറും നൃത്തം ചെയ്യാൻ വന്നതല്ല.

എല്ലാം തിരിച്ചുപിടിക്കാനായിരുന്നു. ഭൂതകാലത്തിന്റെയും വർത്തമാനത്തിന്റെയും തകർന്ന കഷണങ്ങളെ നൃത്തത്തിന്റെ താളങ്ങളിലൂടെ വീണ്ടും ഒന്നിപ്പിക്കാനായിരുന്നു.

ഓർമ്മകൾ അവളുടെ ഉള്ളിൽ ഉയർന്നു.

മീനാക്ഷിയുടെ ചിരി. പങ്കുവെച്ച ജീവിതത്തിന്റെ വർണ്ണചക്രത്തിൽ മുഴങ്ങിക്കൊണ്ടിരുന്ന ആ ചിരി. കാർത്തികേയന്റെ കണ്ണുകളിലെ സ്നേഹം...

അവളുടെ ഉള്ളിന്റെ ആഴങ്ങളിൽ എന്തോ ഉണർത്തിയ ആ ദൃഷ്ടി...

ആഗ്രഹം, സ്വീകാര്യത, കാലത്തെ പോലും അതിജീവിക്കുന്ന പ്രണയം.

അനുപമ തന്റെ ഭയങ്ങളെ തള്ളിക്കളയാൻ ശ്രമിച്ചു. എന്നാൽ അവ അപ്പോഴും നിഴലുകളായി അവളെ പിന്തുടർന്നു. അവളുടെ രക്തനാളികളിലൂടെ പാഞ്ഞോടുന്ന ആവേശത്തിനിടയിൽ സംശയങ്ങൾ മുറുമുറുത്തു. അവൾ തന്റെ വിധിയിലേക്ക് ചുവടുവെക്കുമ്പോൾ ആരോ തൻറെ മനസ്സിനെ തകർക്കാൻ ശ്രമിക്കുന്നതുപോലെ. പക്ഷേ അവൾ ഉറച്ച തീരുമാനത്തിലായിരുന്നു. ഭൂതകാലത്തിനോ ശാപത്തിനോ വീണ്ടും കീഴടങ്ങില്ല.

അവൾ ക്ഷേത്രവേദിയിലേക്ക് കാലെടുത്തുവെച്ച നിമിഷം ലോകം മാറി.

ജനക്കൂട്ടത്തിന്റെ ശബ്ദം അപ്രത്യക്ഷമായി.

ശേഷിച്ചത് അവളുടെ ഹൃദയമിടിപ്പിന്റെ താളം മാത്രം.

ക്ഷേത്രത്തിലെ പുരാതന ശില്പങ്ങൾ അവളെ സ്വാഗതം ചെയ്യുന്നതുപോലെ തോന്നി.

കാലം നിലച്ചുപോയ ഒരു ദിവ്യലോകത്തിലേക്ക് അവളെ ക്ഷണിക്കുന്നതുപോലെ.

എണ്ണവിളക്കുകളുടെ ജ്വാലകൾ അവളുടെ രൂപത്തിന് ചുറ്റും നിഴലുകൾ തീർത്തു.

സന്ധ്യയുടെ തണുത്ത കാറ്റ് ഒരു കാമുകന്റെ സ്പർശനം പോലെ അവളെ ചുറ്റിപ്പറ്റി. മൃദംഗത്തിന്റെ ആദ്യനാദം ക്ഷേത്രമുറ്റത്ത് മുഴങ്ങി.

അനുപമ സാവധാനം കൈകൾ ഉയർത്തി. അവളുടെ സ്വപ്നങ്ങളുടെയും പ്രതീക്ഷകളുടെയും പ്രതീകങ്ങൾ പോലെ അവളുടെ വിരലുകൾ വിരിഞ്ഞു.

ഓരോ മുദ്രയും...

ഓരോ ചുവടും...

വെറും നൃത്തചലനങ്ങൾ മാത്രമായിരുന്നില്ല.

അവളുടെ ആത്മാവിൽ നിന്ന് പൊട്ടിപ്പുറപ്പെട്ട വികാരങ്ങളുടെ പ്രളയമായിരുന്നു.

സ്വീകാര്യതയ്ക്കുള്ള ആഗ്രഹം.

പ്രണയം......

അവളെ ബന്ധിച്ചുവയ്ക്കാൻ ശ്രമിച്ച ശക്തികൾക്കെതിരായ പ്രതിഷേധം.

അവളുടെ ശരീരം ഒരു കഥ പറയാൻ തുടങ്ങി.

രണ്ട് ജീവിതങ്ങളുടെ കഥ.

ആദ്യഭാഗം മീനാക്ഷിയുടെ ജീവിതത്തെ അവതരിപ്പിച്ചു. അവളുടെ കാലിലെ ചിലങ്കകളുടെ ശബ്ദം മീനാക്ഷിയുടെ പ്രോത്സാഹനമായി അവളുടെ കാതുകളിൽ മുഴങ്ങി.

"നിന്റെ കഴിവ് കണ്ടെത്തൂ..."

"നൃത്തം ചെയ്യൂ..."

"വേദിക്കുവേണ്ടി മാത്രമല്ല..."

"സത്യത്തിനുവേണ്ടി..."

അടുത്ത ചുവടിലേക്ക് അവൾ നീങ്ങി.

ഇപ്പോൾ അവൾ കാർത്തികേയന്റെ അഗ്നിസ്വഭാവത്തെ ഉൾക്കൊണ്ടിരുന്നു. അവർക്കിടയിലെ പ്രണയത്തിന്റെ തീ അവളുടെ കാലുകളെ പ്രചോദിപ്പിച്ചു. ഓർമ്മകൾ വീണ്ടും അവളുടെ മനസ്സിലേക്ക് ഒഴുകിയെത്തി.

നൃത്തകലയെക്കുറിച്ചുള്ള രാത്രിയിലെ ദീർഘസംഭാഷണങ്ങൾ. അവളുടെ ജീവിതത്തിലെ കലാപങ്ങൾക്കിടയിൽ അവൻ നൽകിയ ആശ്വാസം. നക്ഷത്രങ്ങൾക്കു കീഴിൽ പരസ്പരം കൈമാറിയ നിശബ്ദ വാഗ്ദാനങ്ങൾ.

ഓരോ തിരിവും, ഓരോ ചാട്ടവും അവളെ കാർത്തികേയനിലേക്ക് കൂടുതൽ അടുപ്പിച്ചു.

എന്നാൽ അതേ സമയം വരദരാജന്റെ നിഴൽ അവളെ വീണ്ടും ഇരുളിലേക്ക് വലിക്കാൻ ശ്രമിക്കുന്നതുപോലെ അവൾക്ക് അനുഭവപ്പെട്ടു. അവതരണം പുരോഗമിച്ചുകൊണ്ടിരിക്കെ, വരദരാജന്റെ ശാപത്തിന്റെ അദൃശ്യമായ ബന്ധനങ്ങൾ വീണ്ടും തന്നെ ചുറ്റിപ്പിടിക്കുന്നതായി അനുപമയ്ക്ക് അനുഭവപ്പെട്ടു. അത് അവരുടെ മുൻജന്മങ്ങളെ വേട്ടയാടിയിരുന്ന ഇരുണ്ട ശക്തിയുടെ ഓർമ്മപ്പെടുത്തലായിരുന്നു. അപ്പോൾ ക്ഷേത്രമണികൾ മുഴങ്ങിത്തുടങ്ങി. ആദ്യം അത് അവതരണത്തിന്റെ ഭാഗമാണെന്ന് അനുപമ കരുതി.

പക്ഷേ ഉടൻതന്നെ അവൾ ഒരു വിചിത്രമായ കാര്യം ശ്രദ്ധിച്ചു.

ആരും മണി അടുക്കുന്നില്ല. അവ സ്വയം തുടർച്ചയായി മുഴങ്ങിക്കൊണ്ടിരുന്നു.

പതുക്കെ....

താളാത്മകമായി....

അവളുടെ നൃത്തച്ചുവടുകൾക്ക് മറുപടി നൽകുന്നതുപോലെ.

സന്ധ്യക്കാറ്റ് ശക്തമായി.

എണ്ണവിളക്കുകളുടെ ജ്വാലകൾ ശക്തിയായി ചലിച്ചു.

ക്ഷേത്രമുറ്റത്തെ നൂറ്റാണ്ടുകൾ അതിജീവിച്ച അരയാൽ ഇലകൾ കാറ്റിൽ ശബ്ദിച്ചു.

അതിന്റെ താഴെ കാർത്തികേയൻ ധ്യാനത്തിലിരിക്കുകയായിരുന്നു. അവൻ പതുക്കെ കണ്ണുകൾ തുറന്നു.

അവൾ രണ്ട് ലോകങ്ങൾക്കിടയിൽ നിൽക്കുകയാണ് എന്ന് തോന്നി.

വർത്തമാനകാലം...

ഭൂതകാലം...

ക്ഷേത്രത്തിലെ ദൃശ്യങ്ങൾ പതിയെ മാറിത്തുടങ്ങി. നൂറ്റാണ്ടുകൾക്കുമുമ്പുണ്ടായിരുന്ന കാഞ്ചിപുരം അവളുടെ മുന്നിൽ പ്രത്യക്ഷപ്പെട്ടു. കൽഭിത്തികൾ പുതുമയോടെ തിളങ്ങി.

ചിത്രങ്ങൾ വർണാഭമായി തെളിഞ്ഞു.

വിളക്കുകൾ കൂടുതൽ പ്രകാശിച്ചു.

പ്രേക്ഷകർക്കിടയിൽ അവൾ ചില മുഖങ്ങൾ കണ്ടു. അവ പരിചയമില്ലാത്തവരുടെ മുഖങ്ങളായിരുന്നില്ല.

പരചയമുള്ള ആത്മാക്കൾ...

ഒരിക്കൽ അവളെ അറിയുകയും സ്നേഹിക്കുകയും ചെയ്ത ആത്മാക്കൾ.

മീനാക്ഷിയുടെ ദുരന്തത്തിന് സാക്ഷ്യം വഹിച്ച ആത്മാക്കൾ.

പിന്നീട് അവൾ അവരെ കണ്ടു.

കൊട്ടാരം ഗായകനായ കാർത്തികേയൻ.

രാജാവായ വരദരാജൻ.

അവ വെറും ഓർമ്മകളായിരുന്നില്ല.

വെറും ദർശനങ്ങളായിരുന്നില്ല.

അവളുടെ കണ്ണുകൾക്കുമുന്നിൽ ജീവിക്കുന്ന ഭൂതകാലത്തിന്റെ ഭാഗങ്ങൾ പോലെ അവ നിലകൊണ്ടു.

പുരാതന ക്ഷേത്രമുറ്റത്തിന്റെ നടുവിൽ കാർത്തികേയൻ മധുരമായ സ്വരത്തിൽ തമിഴ് ഗാനം ആലപിക്കുന്നു. അതിനനുസരിച്ച് മീനാക്ഷി നൃത്തം ചെയ്യുകയായിരുന്നു.

യുവതി.

തേജസ്സുള്ളവൾ.

ദിവ്യസൗന്ദര്യമുള്ളവൾ.

കാർത്തികേയൻ അവളെ അഭിമാനത്തോടെയും ഭക്തിയോടെയും നോക്കി നിന്ന് പാടുന്നു.

വരദരാജൻ അവളെ ആഗ്രഹത്തോടെയും അധീനതാഭാവത്തോടെയും നോക്കി നിൽക്കുന്നു.

അവൾ തന്റെ വിധി എന്നെന്നേക്കുമായി മാറിയ ആ നിമിഷം നേരിട്ട് കണ്ടു.

രാജാവിന്റെ കണ്ണുകൾ ഒരുനിമിഷം പോലും മീനാക്ഷിയെ വിട്ടുമാറിയില്ല.

അപ്പോൾ അവൾക്ക് സത്യം മനസ്സിലായി. അതിനുമുമ്പ് വരദരാജൻ ഒരിക്കലും കാർത്തികേയനെ വെറുത്തിരുന്നില്ല. മീനാക്ഷി അവനെ സ്നേഹിക്കുന്നു എന്ന് അറിഞ്ഞ നിമിഷം മുതൽ അവൻ കണ്ണിലെ കരടായി മാറി. ആ തിരിച്ചറിവ് മുൻപ് ലഭിച്ച ഏത് ദർശനത്തേക്കാളും ശക്തിയായി അവളെ ബാധിച്ചു. ചരിത്രത്തിന്റെ ആത്മാക്കൾ തന്നെ ഈ നിമിഷത്തിന് സാക്ഷ്യം വഹിക്കാൻ ഒത്തുകൂടിയതുപോലെ.

അനുപമയുടെ നട്ടെല്ലിലൂടെ ഒരു വിറയൽ പാഞ്ഞുപോയി.

ഒരു നിമിഷം അനുപമയുടെ മനസ്സിൽ വീണ്ടും ഒരു നിർദേശം ഉദിച്ചു.

നൃത്തം നിർത്താൻ...

കീഴടങ്ങാൻ...

വിധിക്ക് അടിമയാകാൻ...

പക്ഷേ അപ്പോൾ അവൾ കാർത്തികേയനെ ഓർത്തു.

അവന്റെ അചഞ്ചലമായ വിശ്വാസം.

അവളോടുള്ള അവന്റെ സ്നേഹം.

ആ ഓർമ്മകൾ പ്രതീക്ഷയുടെ തിരകളായി അവളുടെ ഉള്ളിലൂടെ ഒഴുകി.

അവളുടെ നൃത്തം മാറിത്തുടങ്ങി.

ഇനി അത് വെറും നൃത്തക്രമമല്ലായിരുന്നു.

അത് ഒരു പ്രഖ്യാപനമായിരുന്നു.

പ്രതിരോധത്തിന്റെ പ്രഖ്യാപനം.

ധൈര്യത്തിന്റെ പ്രഖ്യാപനം.

ഭൂതകാലം കവർന്നെടുത്ത കഥകൾ തിരിച്ചുപിടിക്കാൻ ഉയിർത്തെഴുന്നേൽക്കുന്ന ഒരു ആത്മാവ്.

ഉറച്ച തീരുമാനത്തോടെ അനുപമ തല ഉയർത്തി. അവളുടെ ആത്മാവിന്റെ മുഴുവൻ ശക്തിയോടെയും അവൾ വരദരാജന്റെ നിഴലിനെ നേരിട്ടു. ഓരോ സങ്കീർണ്ണമായ കാലടിയും ഓരോ ഭാവപ്രകടനവും ഒരു യുദ്ധഭൂമിയായി മാറി.

ഒരു വശത്ത് അനുപമ.

മറ്റേ വശത്ത് അദൃശ്യനായ ശത്രു.

അവളുടെ നൃത്തം വഞ്ചനയുടെ വേദന പറഞ്ഞു.

സ്വാതന്ത്ര്യത്തിനായുള്ള ആഗ്രഹം പറഞ്ഞു.

അടക്കാനാവാത്ത പ്രണയത്തിന്റെ ശക്തി പറഞ്ഞു.

അത് വെറും അവതരണമല്ലായിരുന്നു.

അത് ഒരു പോരാട്ടമായിരുന്നു.

ഓരോ താളത്തിനൊപ്പവും അവളുടെ ഹൃദയം ശക്തിയായി മിടിച്ചു.

അപ്പോൾ ഒരു ശബ്ദം മുഴങ്ങി.

"മീനാക്ഷീ..."വരദരാജന്റെ ശബ്ദം.

മൃദംഗനാദം പോലെ ആഴമുള്ളതും ശക്തവുമായിരുന്നു അത്.

എന്നാൽ അതിനുള്ളിൽ വിഷം നിറഞ്ഞിരുന്നു.

"വിധിയുടെ ബന്ധനങ്ങളിൽ നിന്ന് നിനക്ക് രക്ഷപ്പെടാനാവില്ല."

"ഈ നൃത്തം..."

"ഈ ബന്ധം..."

"നീ ഇത്രയും വിലമതിക്കുന്ന ഈ പ്രണയം..."

"ഇതെല്ലാം നിമിഷനേരം മാത്രമുള്ളതാണ്."

ഭൂതകാലത്തിന്റെയും വർത്തമാനത്തിന്റെയും ശബ്ദങ്ങൾ ഒരുമിച്ച് ചേർന്ന് ഒരു ചുഴലിക്കാറ്റായി അവളെ ചുറ്റി.

പക്ഷേ അനുപമ ഭയപ്പെട്ടില്ല.

അവൾ കൂടുതൽ ശക്തിയായി നൃത്തം ചെയ്തു.

ഓരോ ചുവടിലും അവളുടെ ഓർമ്മകൾ ഒഴുകി.

ഓരോ മുദ്രയിലും അവളുടെ വികാരങ്ങൾ ജ്വലിച്ചു.

ഓരോ ചലനവും വിധിക്കെതിരായ ഒരു കലാപമായി മാറി.

ഇതാണ് തന്റെ വിധിയെന്ന് അവൾ തിരിച്ചറിഞ്ഞു.

സ്വന്തം ആത്മാവിന്റെ എല്ലാ ഭാഗങ്ങളെയും ഒന്നിപ്പിക്കുന്ന നിമിഷം.

സ്നേഹവും.

സന്തോഷവും.

സ്വത്വബോധവും.

എല്ലാം ഒന്നായി ലയിച്ച നിമിഷം.

അവതരണത്തിന്റെ അവസാനഘട്ടം അടുത്തെത്തി.

അനുപമ തന്റെ മുഴുവൻ ശക്തിയും സമാഹരിച്ചു.

അവൾ തിരിഞ്ഞു. വീണ്ടും ചാടി ഉയർന്നു.

സ്ത്രീത്വത്തിന്റെയും ദൈവികതയുടെയും സാരാംശമായി അവൾ മാറി.

അവളുടെ ആത്മാവ് തലമുറകളുടെ ഓർമ്മകളുമായി ഒന്നായി.

അപ്പോഴാണ് അത് സംഭവിച്ചത്.

അവൾ ശക്തമായ ഒരു ചാട്ടത്തിലേക്ക് ഉയർന്ന നിമിഷം.

അവളുടെ മുന്നിൽ കാർത്തികേയൻ യഥാർത്ഥ രൂപത്തിൽ പ്രത്യക്ഷപ്പെട്ടു.

ആ നിമിഷം അസാധാരണമായ എന്തോ സംഭവിച്ചു.

അനുപമയുടെ കഴുത്തിൽ കിടന്നിരുന്ന ലോക്കറ്റ് ചൂടാകാൻ തുടങ്ങി.

പതുക്കെ.

പിന്നീട് കൂടുതൽ ശക്തമായി.

ഏതാണ്ട് കത്തുന്നതുപോലെ.

അതിന്റെ ഉള്ളിൽ നിന്ന് സ്വർണ്ണപ്രകാശം സ്പന്ദിക്കുന്നതായി അവൾക്ക് തോന്നി.

അതേ സമയം കാർത്തികേയനും സ്വാഭാവികമായി തന്റെ ഷർട്ടിനുള്ളിലേക്ക് കൈ നീട്ടി.

അവന്റെ കഴുത്തിലും അതേ രൂപത്തിലുള്ള ഒരു ലോക്കറ്റ് ഉണ്ടായിരുന്നു.

പ്രേക്ഷകർക്ക് ഒന്നും അസാധാരണമായി തോന്നിയില്ല.

പക്ഷേ അനുപമ അത് കണ്ടു.

ഒരു നിമിഷത്തേക്ക് സ്വർണ്ണനിറത്തിലുള്ള പ്രകാശനൂലുകൾ അവരെയിരുവരെയും ബന്ധിപ്പിക്കുന്നതായി അവൾക്ക് ദൃശ്യമായി.

നൂറ്റാണ്ടുകൾക്ക് മുമ്പ് വരദരാജന്റെ സൈനികർ കാർത്തികേയനെ ബന്ധിയാക്കി കടലിൽ തള്ളാൻ കൊണ്ടുപോകുമ്പോൾ അഗ്നിയെ സാക്ഷിയാക്കി അവൻ

നൽകിയ വാഗ്ദാനം അവൾ വീണ്ടും കേട്ടു.

"മീനൂ... നിന്നെ വീണ്ടും ഞാൻ കണ്ടെത്തും....."

"എത്ര ജന്മങ്ങൾ എടുത്താലും....."

ആ വാക്കുകൾ അവളുടെ ആത്മാവിൽ മുഴങ്ങി.

എല്ലാം അവൾ ഓർത്തെടുത്തു.

കാർത്തികേയനെ സൈനികർ പിടിച്ചുകെട്ടി വലിച്ചിഴച്ച് കൊണ്ടുപോയതിന്റെ ദൃശ്യങ്ങൾ ഇപ്പോഴും അവളുടെ മനസ്സിൽ മായാതെ നിന്നു. അതിന് പിന്നാലെ, ഒരു നിമിഷം പോലും പാഴാക്കാതെ, വരദരാജൻ കൊട്ടാരത്തിൽ വിവാഹത്തിനുള്ള ഒരുക്കങ്ങൾ ഉടനെ ആരംഭിക്കാൻ കൽപ്പിച്ചു. എല്ലാം ഒരു കൊടുങ്കാറ്റിന്റെ വേഗത്തിലായിരുന്നു. അരമനയുടെ ഇടനാഴികളിൽ ആളുകൾ ഓടിനടന്നു. ദീപങ്ങൾ തെളിഞ്ഞു, പൂമാലകൾ ഒരുക്കപ്പെട്ടു, മംഗളവാദ്യങ്ങളുടെ സ്വരങ്ങൾ ഉയർന്നു.

പക്ഷേ ആ ആഘോഷങ്ങളുടെ നടുവിൽ, അവളുടെ ഹൃദയം മാത്രം ഒരു ശവഭൂമിയെപ്പോലെ നിശ്ശബ്ദമായിരുന്നു.

തന്റെ ജീവിതം, തന്റെ ഇഷ്ടം, തന്റെ പ്രണയം—എല്ലാം അവസാനിച്ചിരിക്കുന്നു.

അന്ന് വൈകുന്നേരം സന്ധ്യാനേരം നടരാജ ക്ഷേത്രത്തിൽ വെച്ച് നൃത്തം ചെയ്യാനായി അവളോട് വരദരാജൻ കൽപ്പിച്ചു. അവൾ ഹൃദയം പൊട്ടി കരഞ്ഞു. കണ്ണുനീർ ചോരയായി ഒഴുകി.

അന്ന് വൈകുന്നേരം ക്ഷേത്രത്തിന് മുന്നിൽ അവൾ നിന്ന് പ്രാർത്ഥിച്ചു.

"ഇനി പ്രാർത്ഥിച്ചിട്ട് ഒരു കാര്യവുമില്ല. അവൻ ഒരിക്കലും തിരിച്ച് വരില്ല." പിറകിൽ നിന്ന് വരദരാജന്റെ പൊട്ടിച്ചിരി ഉയർന്നു.

അവൾ ഞെട്ടലോടെ തിരിഞ്ഞുനോക്കി.

"ഇവൾക്ക് നൃത്തം ചെയ്യുമ്പോൾ ധരിക്കാനുള്ള പുടവ കൊണ്ടുവരൂ. അവന്റെ രക്തത്തിൽ മുക്കിയെടുത്ത പുടവ..." വരദരാജൻ പരിഹാസഭാവത്തിൽ അലറി.

അൽപസമയത്തിനകം ഒരു ദാസി വിറയ്ക്കുന്ന കൈകളോടെ ഒരു പുടവ അവളുടെ മുന്നിൽ കൊണ്ടുവന്നു.

അത് കണ്ട നിമിഷം അവളുടെ ശ്വാസം നിലച്ചു.

ആ പുടവ... രക്തത്തിൽ കുതിർന്നതായിരുന്നു.

അതിൽ കടുംചുവന്ന രക്തക്കറകൾ കട്ടപിടിച്ച് കിടക്കുകയായിരുന്നു.

അവളുടെ ഹൃദയം ഒരു നിമിഷം പൊട്ടിച്ചിതറിയതുപോലെ തോന്നി.

കണ്ണുകൾ മങ്ങിപ്പോയി.

പിന്നെ, അറിയാതെ തന്നെ, കണ്ണുനീർ ധാരയായി കവിളിലൂടെ ഒഴുകി.

"ഉം... ഇത് ഉടുക്ക്."

വരദരാജന്റെ ശബ്ദം കൽപ്പനയായി മുഴങ്ങി.

അവൾ പുടവയിലേക്ക് നോക്കി നിന്നു.

അതൊരു വസ്ത്രമല്ലായിരുന്നു.

തന്റെ പ്രണയത്തിന്റെ അവസാന ഓർമ്മ... തന്റെ പ്രിയതമന്റെ രക്തത്തിൽ എഴുതപ്പെട്ട ഒരു വിടപറച്ചിൽ.

അവൾ ആ പുടവ മെല്ലെ എടുത്തു.

കാർത്തികേയന്റെ രക്തത്തിന്റെ ഗന്ധം അപ്പോഴും അതിൽ അവശേഷിക്കുന്നതായി അവൾക്ക് തോന്നി.

അത് നെഞ്ചോട് ചേർത്തുപിടിച്ച നിമിഷം, അവളുടെ ഉള്ളിൽ ഒരു വിങ്ങലുയർന്നു.

കാർത്തികേയനില്ലാത്ത ഒരു ജീവിതം...

അവൾക്ക് ഇനി അത്തരമൊരു ജീവിതം വേണ്ടായിരുന്നു.

ആത്മാവിനെ കീറിമുറിക്കുന്ന വേദനയും, അവന്റെ ആത്മാവ് തന്നെ വീണ്ടും കണ്ടെത്തുമെന്ന അചഞ്ചലമായ

ദൃഢനിശ്ചയവും അവളുടെ കാലുകൾക്ക് അമാനുഷികമായ ഒരു ശക്തി പകർന്നു.

അവൾ നൃത്തം ആരംഭിച്ചു.

അത് ഒരു നർത്തകിയുടെ പ്രകടനമായിരുന്നില്ല.

അത് ഒരു പ്രണയിനിയുടെ വിലാപമായിരുന്നു.

ഒരു ആത്മാവിന്റെ അഗ്നിയായിരുന്നു.

ഓരോ ചുവടും ഭൂമിയുടെ ഹൃദയത്തിൽ പതിക്കുന്ന ഇടിമുഴക്കമായി മാറി.

ഓരോ മുദ്രയും ഒരു ശാപം പോലെ വായുവിൽ പടർന്നു.

മീനാക്ഷിയുടെ ഹൃദയവേദന, അവളുടെ ആത്മനൊമ്പരം...

സാക്ഷാൽ നടരാജേശ്വരന് പോലും താങ്ങാനാവാത്തതുപോലെ തോന്നി.

അവളുടെ കാലുകൾ അവസാനമായി ശക്തിയായി നിലത്ത് പതിച്ചു.

ആ നിമിഷം ഭൂമി വിറച്ചു.

ആ പ്രകമ്പനം ഒരു ഭൂകമ്പമായി മാറി.

സ്തംഭങ്ങൾ നടുങ്ങി.

വിളക്കുകൾ അണഞ്ഞു.

ക്ഷേത്രത്തിന്റെ മേൽക്കൂര പൊട്ടിച്ചിതറാൻ തുടങ്ങി.

ഒരു നിമിഷത്തിനകം, മഹത്തായ ആ ക്ഷേത്രം ഇടിഞ്ഞുവീണു.

പൊടിപടലങ്ങൾ ആകാശത്തേക്ക് ഉയർന്നു.

ആ പൊടിമഞ്ഞിന്റെ നടുവിൽ, മീനാക്ഷിയുടെ രൂപം പതിയെ മങ്ങിത്തുടങ്ങി.

അവളുടെ ശരീരം നീരാവിപോലെ അലിഞ്ഞ് അന്തരീക്ഷത്തിലേക്ക് ലയിച്ചു.

പക്ഷേ അവളുടെ പ്രണയം...

അത് മരിച്ചില്ല.

കാലത്തിന്റെ അതിരുകൾക്കപ്പുറം വീണ്ടും അവനെ കണ്ടെത്താൻ പുറപ്പെട്ട ഒരു ആത്മാവായി അത് ശാശ്വതമായി തുടർന്നു.

ഒടുവിൽ തന്റെ ആത്മാവിന്റെ നഷ്ടപ്പെട്ട ഭാഗം അവൾ കണ്ടെത്തിയിരുന്നു.

മരണത്തിനപ്പുറവും അവരെ ബന്ധിച്ച പ്രതിജ്ഞ. അനുപമയുടെ കണ്ണുകൾ നിറഞ്ഞു.

കാർത്തികേയൻ മുന്നിൽ നിൽക്കുന്നു. അവരുടെ കണ്ണുകൾ വീണ്ടും തമ്മിൽ കണ്ടുമുട്ടി.

കാലത്തെയും മരണത്തെയും അതിജീവിച്ച ഒരു ബന്ധം ആ നിമിഷത്തിൽ കൂടുതൽ ശക്തമായി.

അനുപമ സാവധാനം തിരിഞ്ഞു.

ഇപ്പോൾ അവൾ പ്രണയത്തെ സ്വീകരിച്ചിരുന്നു.

ഓരോ മൃദംഗതാളത്തിനൊപ്പവും അവൾ വിധിയിലേക്കല്ല—

വിധിക്കുള്ളിലേക്ക് തന്നെ നൃത്തം ചെയ്തു.

അവളുടെ അവസാന ഭാവം ആകാശത്തെ ആലിംഗനം ചെയ്യുന്നതുപോലെ ആയിരുന്നു.

അവളുടെ കൈകൾ ഉയർന്നു.

കാർത്തികേയൻ അവളെ ആലിംഗനം ചെയ്തു.

അവളുടെ ആത്മാവ് വീണ്ടും ജീവിച്ചു.

അവതരണം അവസാനിച്ചു.

പ്രേക്ഷകർ ആവേശത്തോടെ കൈയടിച്ചു.

ക്ഷേത്രമുറ്റം മുഴുവൻ ആ ശബ്ദം മുഴങ്ങി.

കാഞ്ചിപുരത്തിന്റെ അനന്തമായ കഥകളിൽ മറ്റൊരു അമരകഥ കൂടി ചേർന്നു.

പ്രണയം സമയത്തെ പോലും അതിജീവിക്കുമെന്ന് തെളിയിക്കുന്ന ഒരു കഥ.

അവൾ ഭൂതകാലത്തിലൂടെ നൃത്തം ചെയ്തുകഴിഞ്ഞിരുന്നു.

ഭയത്തിന്റെ അതിർത്തി കടന്നുകഴിഞ്ഞിരുന്നു.

ഇപ്പോൾ അവൾ വർത്തമാനത്തിൽ കാർത്തികേയനൊപ്പം നിൽക്കുകയായിരുന്നു..

എന്നാൽ ജനക്കൂട്ടം ആഹ്ലാദത്തോടെ കൈയടിക്കുമ്പോഴും, ഒരു അസ്വസ്ഥമായ നിശ്ശബ്ദത അവശേഷിച്ചിരുന്നു.

ഇരുട്ട് പൂർണമായും അപ്രത്യക്ഷമായിരുന്നില്ല.

അത് അപ്പോഴും എവിടെയോ പതിയിരുന്നു.

ഈ നൃത്തം കാർത്തികേയനുമായുള്ള അവളുടെ ബന്ധത്തെ ദൃഢമാക്കിയിരുന്നു.

പക്ഷേ അതോടൊപ്പം അവരുടെ ഭൂതകാലത്തിന്റെ അവശിഷ്ടങ്ങളുമായുള്ള യുദ്ധവും ഔദ്യോഗികമായി ആരംഭിച്ചിരുന്നു.

"അവൻ ...വരദരാജൻ എവിടെ?"

കാർത്തികേയൻ അനുപമയുടെ പിന്നിലേക്ക് നോക്കുകയായിരുന്നു.

അനുപമയുടെ ഹൃദയം ശക്തിയായി മിടിച്ചു.

അവൾ പതുക്കെ തിരിഞ്ഞു.

പുരാതന ക്ഷേത്രപ്രവേശന കവാടത്തിനരികിൽ ഒരാൾ നിൽക്കുകയായിരുന്നു.

വെള്ള വസ്ത്രം ധരിച്ച ഒരാൾ.

അനങ്ങാതെ.

നിശ്ചലമായി.

അവരെ നിരീക്ഷിച്ചുകൊണ്ട്.

അവന്റെ മുഖത്തിന്റെ പകുതി നിഴലിൽ മറഞ്ഞിരുന്നു.

എന്നിട്ടും...

അനുപമയ്ക്ക് അവനെ ഉടൻ തിരിച്ചറിയാൻ കഴിഞ്ഞു.

വരദരാജൻ.

അത് ഒരു ദർശനമായിരുന്നില്ല.

ഒരു ഓർമ്മയുമല്ല.

ഒരു ആത്മാവോ പ്രേതമോ അല്ല.

അവൻ ജീവനോടെ അവിടെ നിൽക്കുകയായിരുന്നു.

അപരിചിതൻ പതുക്കെ പുഞ്ചിരിച്ചു.

എല്ലാം അറിയുന്ന ഒരാളുടെ പുഞ്ചിരി.

നൂറ്റാണ്ടുകളായി കാത്തിരുന്ന ഒരാളുടെ പുഞ്ചിരി.

അവൻ എന്തോ മുറുമുറുത്തു.

ആ വാക്കുകൾ അനുപമയ്ക്ക് മാത്രം കേൾക്കാനായി.

"ഞാനും ഓർക്കുന്നുണ്ട്..."

അനുപമയുടെ ശരീരത്തിലൂടെ ഒരു തണുത്ത വിറയൽ പാഞ്ഞുപോയി.

അവളുടെ ശ്വാസം നിലച്ചു.

കാർത്തികേയനും മുന്നോട്ട് ചുവടുവെക്കാൻ ശ്രമിച്ചു.

പക്ഷേ അതിന് മുമ്പ്...

ജനക്കൂട്ടം അല്പം ഇളകി.

ഒരു നിമിഷം ആ മനുഷ്യൻ മറ്റുള്ളവരുടെ പിന്നിൽ മറഞ്ഞു.

അടുത്ത നിമിഷം—

അവൻ അവിടെ ഉണ്ടായിരുന്നില്ല.

ജനക്കൂട്ടത്തിനിടയിൽ അപ്രത്യക്ഷനായിരുന്നു.

അനുപമ ചുറ്റും നോക്കി.

ക്ഷേത്രമുറ്റം ,പ്രവേശന കവാടം, നടപ്പാത...

പക്ഷേ അവനെ കണ്ടെത്താനായില്ല.

അവൻ ഒരിക്കലും അവിടെ ഉണ്ടായിരുന്നില്ലെന്നുപോലെ.

എന്നാൽ അവൾ കണ്ടിരുന്നു.

കാർത്തികേയനും കണ്ടിരുന്നു.

അത് യാഥാർത്ഥ്യമായിരുന്നു.

അനുപമയുടെ ഹൃദയം ശക്തമായി മിടിച്ചു.

യഥാർത്ഥ യുദ്ധം ഇതുവരെ തുടങ്ങിയിട്ടില്ലെന്ന് അവർ തിരിച്ചറിഞ്ഞു.

ഭൂതകാലം അവസാനിച്ചിട്ടില്ല.

വരദരാജൻ അവസാനിച്ചിട്ടില്ല.

അവന്റെ ആത്മാവിന് ശാന്തി ലഭിക്കണം.

സന്ധ്യ ഇരുളിലേക്ക് വഴിമാറി.

ക്ഷേത്രമണികൾ വീണ്ടും മുഴങ്ങി.

ആകാശത്ത് ആദ്യ നക്ഷത്രങ്ങൾ തെളിഞ്ഞു.

അനുപമയും കാർത്തികേയനും നിശ്ശബ്ദരായി നിന്നു.

ഒരേയൊരു സത്യം അവരുടെ മനസ്സിൽ മുഴങ്ങി—

കഥ ഇതുവരെ അവസാനിച്ചിട്ടില്ല.

അത് ഇപ്പോഴാണ് യഥാർത്ഥത്തിൽ ആരംഭിക്കുന്നത്...

10

അനേകം ജന്മങ്ങൾ

"ഇനി എന്ത് ചെയ്യണം." അനുപമ ആകാംക്ഷയോടെ കാർത്തികേയനെ നോക്കി.

"ഈ ക്ഷേത്രനടയിൽ ഒരു രഹസ്യ അറയുണ്ട്," കാർത്തികേയൻ പറഞ്ഞു. "അവിടെ പോയി നമുക്ക് ധ്യാനത്തിൽ ഇരിക്കാം. സൂക്ഷ്മശരീരമായി ശ്രീലങ്ക വരെ പോകണം. ബാക്കിയുള്ള കാര്യങ്ങൾ അവിടെ നിന്ന് മനസ്സിലാകും."

"എനിക്ക്... എനിക്ക് ആസ്ട്രൽ പ്രൊജക്ഷൻ ചെയ്യാൻ പറ്റുമോ?" അനുപമയുടെ കണ്ണുകളിൽ ഒരു പിഞ്ചുകുട്ടിയുടെ ആവേശം തെളിഞ്ഞു.

കാർത്തികേയൻ മൃദുവായി പുഞ്ചിരിച്ചു. "മീനൂ, ആത്മാവിനെ ശരീരത്തിൽ നിന്ന് താൽക്കാലികമായി വേർപ്പെടുത്താൻ പഠിക്കുന്നത് പുതിയൊരു കാര്യമല്ല. എല്ലാ മനുഷ്യരും ഉറക്കത്തിൽ ആസ്ട്രൽ പ്രൊജക്ഷൻ അൽപനേരം അനുഭവിക്കുന്നുണ്ട്. പക്ഷേ ബോധപൂർവം അത് ചെയ്യണമെങ്കിൽ മനസ്സിനെ പൂർണമായി നിശ്ചലമാക്കണം."

അവൻ അവളുടെ കൈ പിടിച്ചു. "എന്റെ കൂടെ വരൂ."

ക്ഷേത്രത്തിന്റെ പിന്നിലെ ഇടുങ്ങിയ പടികൾ ഇറങ്ങി അവർ ഭൂമിക്കടിയിലെ രഹസ്യ അറയിൽ എത്തി.

ചെറിയ കൽമുറി.

നൂറ്റാണ്ടുകൾ പഴക്കമുള്ള ഒരു ശിവലിംഗം.

ഒരൊറ്റ എണ്ണവിളക്കിന്റെ ജ്വാല മാത്രം അവിടെ വിറച്ചുകൊണ്ടിരുന്നു.

വായുവിൽ ചന്ദനത്തിന്റെയും കർപ്പൂരത്തിന്റെയും ഗന്ധം നിറഞ്ഞിരുന്നു.

“ഇവിടെ ഇരിക്ക്,” കാർത്തികേയൻ പറഞ്ഞു.

രണ്ടുപേരും പദ്മാസനത്തിൽ ഇരുന്നു.

“കണ്ണുകൾ അടയ്ക്കൂ. ശ്വാസത്തെ മാത്രം ശ്രദ്ധിക്കൂ. ഉള്ളിലേക്ക് പോകൂ. ശരീരത്തെ മറക്കൂ.”

അവന്റെ ശബ്ദം ക്രമേണ ദൂരെയാകുന്നതുപോലെ തോന്നി.

അനുപമ ശ്വാസത്തിൽ ശ്രദ്ധ കേന്ദ്രീകരിച്ചു.

അകത്തേക്ക്...

പുറത്തേക്ക്...

കുറച്ചുനേരം കഴിഞ്ഞപ്പോൾ അവൾക്ക് ശരീരം ഭാരം കുറഞ്ഞതായി അനുഭവപ്പെട്ടു.

കൈകളിലും കാലുകളിലും ചെറിയൊരു വിറയൽ.

പിന്നെ ഒരു വൈദ്യുതപ്രവാഹം നട്ടെല്ലിലൂടെ മുകളിലേക്ക് പാഞ്ഞു.

അവളുടെ നെറ്റിയുടെ മധ്യത്തിൽ ഒരു പ്രകാശബിന്ദു തെളിഞ്ഞു.

അടുത്ത നിമിഷം— അവൾ തന്റെ ശരീരത്തെ താഴെ ഇരിക്കുന്നതായി കണ്ടു.

അവൾ ഞെട്ടി.

“ഭയപ്പെടരുത്.” അവൾ കാർത്തികേയന്റെ ശബ്ദം കേട്ടു. അവനും സൂക്ഷ്മശരീരത്തിൽ അവളുടെ അരികിൽ

നിൽക്കുകയായിരുന്നു. അവരുടെ ശരീരങ്ങളിൽ നിന്ന് വെള്ളിനിറമുള്ള നേർത്ത ഒരു നൂൽ താഴെയുള്ള ഭൗതികശരീരങ്ങളിലേക്ക് നീണ്ടുകിടക്കുന്നതായി അവൾ കണ്ടു.

"ഇതാണ് ജീവസൂത്രം. " അവൻ പറഞ്ഞു. "ആത്മാവിനെയും ശരീരത്തെയും ബന്ധിപ്പിക്കുന്ന നൂൽ."

അവർ പതിയെ മുകളിലേക്ക് ഉയർന്നു.

ക്ഷേത്രത്തിന്റെ മേൽക്കൂര കടന്നു.

കാഞ്ചിപുരം താഴെ ചെറുതായി.

മേഘങ്ങൾക്കിടയിലൂടെ അവർ പറന്നു.

കടൽ കടന്നു.

രാത്രിയുടെ നിശ്ശബ്ദതയിൽ നക്ഷത്രങ്ങൾ അവരെ നോക്കി നിന്നു.

കുറച്ച് സമയത്തിന് ശേഷം പച്ചപിടിച്ച ഒരു ദ്വീപ് അവരുടെ മുന്നിൽ തെളിഞ്ഞു.

ശ്രീലങ്ക.

കടലിനരികിൽ കാടുകൾക്കിടയിൽ ഒരു പുരാതന ഗുഹ.

അവർ അതിനകത്തേക്ക് പ്രവേശിച്ചു.

"ഇവിടെയാണ് ഞാൻ നാലുനൂറ്റാണ്ടുകളായി ജീവിക്കുന്നത് ." കാർത്തികേയൻ പതിയെ പറഞ്ഞു.

അനുപമ അത്ഭുതത്തോടെ അവനെ നോക്കി. "ഇത്രയും കാലം... ഒരു മനുഷ്യന് ജീവിക്കാൻ കഴിയുമോ?"

കാർത്തികേയൻ പുഞ്ചിരിച്ചു. "സാധാരണ മനുഷ്യന് കഴിയില്ല. പക്ഷേ പ്രാണനെ നിയന്ത്രിക്കാൻ പഠിച്ച ഒരു ക്രിയായോഗിക്ക് അത് സാധ്യമാണ്. ക്രിയയോഗത്തിന്റെ രഹസ്യം ശ്വാസത്തിലാണ്. മനുഷ്യൻ ഒരു നിശ്ചിത എണ്ണം ശ്വാസങ്ങളോടെയാണ് ജനിക്കുന്നത് എന്നാണ് മഹായോഗികൾ പറയുന്നത്. എത്ര വേഗത്തിൽ ശ്വസിക്കുന്നുവോ അത്ര വേഗത്തിൽ ജീവശക്തി ക്ഷയിക്കും.

ഒരു നായ വേഗത്തിൽ ശ്വസിക്കുന്നു. അതിന്റെ ആയുസ്സ് കുറവാണ്. ആമ വളരെ പതുക്കെ ശ്വസിക്കുന്നു. അതുകൊണ്ട് നൂറ്റാണ്ടുകൾ ജീവിക്കുന്നു. ക്രിയയോഗി ശ്വാസത്തെ മന്ദഗതിയിലാക്കുന്നു. പിന്നീട് അത് മനഃപൂർവം നിയന്ത്രിക്കുന്നു. ഒടുവിൽ ശ്വാസം ശരീരത്തെ നിയന്ത്രിക്കുകയല്ല... ആത്മാവാണ് ശ്വാസത്തെ നിയന്ത്രിക്കുന്നത്." അവൻ പറഞ്ഞു നിർത്തി.

അനുപമ അവിശ്വസനീയതയോടെ അവനെ നോക്കി. "അതുകൊണ്ടാണോ നീ...?"

"അതെ" അവൻ തല കുലുക്കി. ഞാൻ മരിച്ചില്ല. അന്ന് കാഞ്ചിപുരത്ത് നിന്ന് സൈനികർ എന്നെ കൊല്ലാൻ കൊണ്ടുപോയതിനുശേഷം എന്താണ് സംഭവിച്ചതെന്ന് അറിയണോ?"

അനുപമ ആവേശത്തോടെ അവന്റെ കണ്ണുകളിലേക്ക് നോക്കി .

കാർത്തികേയന്റെ കണ്ണുകൾ തിളങ്ങി. അവ ദൂരെയെങ്ങോ നോക്കി. "സൈനികർ എന്നെ കടൽക്കരയിലേക്ക് കൊണ്ടുപോയി. തല വെട്ടാൻ വേണ്ടി വാൾ ഉയർന്ന നിമിഷം... സൈന്യാധിപന്റെ കൈ വിറച്ചു.അദ്ദേഹത്തിന് എന്റെ പാട്ടുകൾ വളരെ ഇഷ്ടമായിരുന്നു. എന്നെ കൊല്ലാൻ അദ്ദേഹത്തിന് കഴിഞ്ഞില്ല.വേറെ ആരോടെങ്കിലും മുന്നോട്ട് വരാൻ അദ്ദേഹം ആവശ്യപ്പെട്ടു. പക്ഷേ ആരും വന്നില്ല. എല്ലാവർക്കും എന്നോട് സ്നേഹമായിരുന്നു. എന്നാൽ രാജകൽപ്പന ലംഘിക്കാനും കഴിയില്ലായിരുന്നു."

അവൻ ഒരു ദീർഘനിശ്വാസമെടുത്തു.

"വരദരാജന് എന്റെ കഴുത്തറുത്ത ശേഷം വരുന്ന രക്തത്തിൽ മുക്കിയ പുടവ വേണമായിരുന്നു. അങ്ങനെ അവർ ഒരു ആടിനെ കൊന്നു. അതിന്റെ രക്തത്തിൽ പുടവ മുക്കി."

അനുപമയുടെ കണ്ണുകൾ നിറഞ്ഞു. "അപ്പോൾ... നീ..."

"ഞാൻ ജീവനോടെ രക്ഷപ്പെട്ടു." "സൈന്യാധിപൻ എന്നോട് പറഞ്ഞു— "നിന്നെ കൊല്ലാൻ ഞങ്ങളുടെ മനസ്സ് സമ്മതിക്കുന്നില്ല. പക്ഷേ നീ ഇനി ഈ നാട്ടിൽ വരരുത്. അതുകൊണ്ട് നിന്നെ ഒരു ചങ്ങാടത്തിൽ കെട്ടി കടലിലേക്ക് ഒഴുക്കും. ഭാഗ്യമുണ്ടെങ്കിൽ രക്ഷപ്പെടുക."

"ഞാൻ അവരോട് നന്ദി പറഞ്ഞു."

ഗുഹയിൽ നിശ്ശബ്ദത നിറഞ്ഞു.

"അവർ എന്നെ കടലിലേക്ക് ഒഴുക്കി. തിരമാലകൾക്കൊപ്പം ഞാൻ സഞ്ചരിച്ചു. കടലിൽ നിന്ന് മത്സ്യങ്ങളെ പിടിച്ച് പച്ചയായി കഴിച്ച് ഞാൻ ആഴ്ചകളോളം ജീവൻ നിലനിർത്തി."

"ഒടുവിൽ..." അവൻ ഗുഹയുടെ പുറത്തേക്ക് വിരൽ ചൂണ്ടി. "ഈ ലങ്കാദ്വീപിന്റെ തീരത്ത് എന്റെ ചങ്ങാടം കരയ്ക്കടിഞ്ഞു." കാർത്തികേയൻ അവിടെ പറഞ്ഞു നിർത്തി.

ഗുഹയുടെ പുറത്തുനിന്ന് കാറ്റിന്റെ ശബ്ദം മാത്രം കേട്ടു.

ഗുഹയ്ക്കുള്ളിൽ കുറച്ചുനേരം നിശ്ശബ്ദത നിറഞ്ഞുനിന്നു.

പിന്നെ കാർത്തികേയൻ പതുക്കെ സംസാരിക്കാൻ തുടങ്ങി. "ഈ ഗുഹയിൽ അന്ന് ഒരു യോഗി ജീവിച്ചിരുന്നു. ഒരു മഹായോഗി. അദ്ദേഹം ആരാണെന്നോ എവിടെ നിന്നാണ് വന്നതെന്നോ ഞാൻ ഒരിക്കലും ചോദിച്ചിട്ടില്ല. അദ്ദേഹത്തിന്റെ സാന്നിധ്യം തന്നെ ഒരു ഉത്തരമായിരുന്നു. കടലിൽ നിന്ന് മരണത്തിന്റെ വക്കിലെത്തിയ എന്നെ അദ്ദേഹം രക്ഷിച്ചു. എനിക്ക് ഭക്ഷണം തന്നു. മുറിവുകൾ സുഖപ്പെടുത്തി. ശരീരത്തേക്കാൾ കൂടുതൽ അദ്ദേഹം എന്റെ ആത്മാവിനെ ചികിത്സിച്ചു."

അനുപമ നിശ്ശബ്ദയായി കേട്ടിരുന്നു.

"വർഷങ്ങളോളം ഞാൻ അദ്ദേഹത്തിന്റെ കീഴിൽ ക്രിയയോഗം അഭ്യസിച്ചു. ശ്വാസത്തെ നിയന്ത്രിക്കാൻ പഠിച്ചു.

മനസ്സിനെ നിശ്ശബ്ദമാക്കാൻ പഠിച്ചു. ശരീരം വെറും ഒരു വസ്ത്രം മാത്രമാണെന്നും ആത്മാവ് മാത്രമാണ് യഥാർഥമെന്നും ഞാൻ തിരിച്ചറിഞ്ഞു. കാലക്രമേണ ഭൗതികമായ എല്ലാ വികാരങ്ങളിൽ നിന്നും ഞാൻ മുക്തി നേടി. കോപം... ഭയം... വിശപ്പ്... ദുഃഖം... കാമം..എല്ലാം എന്നെ വിട്ടുപോയി."

അവൻ ഒരു നിമിഷം നിർത്തി. "പക്ഷേ ഒരു കാര്യം മാത്രം എന്നെ വിട്ടുപോയില്ല."

അവന്റെ കണ്ണുകൾ അനുപമയുടെ കണ്ണുകളെ തേടി. "നിനക്ക് തന്ന വാഗ്ദാനം."

അനുപമയുടെ ഹൃദയം വിറച്ചു.

"മീനൂ... അഗ്നിയെ സാക്ഷിയാക്കി ഞാൻ നിന്നോട് പറഞ്ഞിരുന്നു— "എത്ര ജന്മങ്ങൾ എടുത്താലും ഞാൻ നിന്നെ കണ്ടെത്തും.... എന്ന്. "

"ആ വാക്കുകൾ എന്റെ ആത്മാവിൽ കൊത്തിവെച്ചതായിരുന്നു. ക്രിയയോഗം ഒരു കാര്യം പഠിപ്പിക്കുന്നു. പൂർത്തിയാകാത്ത ആഗ്രഹങ്ങളും നിറവേറാത്ത വാഗ്ദാനങ്ങളും ഉള്ളിടത്തോളം ആത്മാവിന് മുക്തി സാധ്യമല്ല. ആത്മാവ് വീണ്ടും വീണ്ടും അതിലേക്കുതന്നെ മടങ്ങിവരും."

അവൻ ഗുഹയുടെ പുറത്തേക്ക് നോക്കി. "അങ്ങനെയാണ് ഞാൻ ഇത്രയും വർഷങ്ങൾ ജീവിച്ചത്. ഓരോ സൂര്യോദയവും കണ്ടു. ഓരോ മഴക്കാലവും കടന്നുപോയി. രാജാക്കന്മാർ വന്നു... പോയി. സാമ്രാജ്യങ്ങൾ ഉയർന്നു... തകർന്നു. പക്ഷേ ഞാൻ ഇവിടെ തന്നെയായിരുന്നു."

"ഒരേയൊരു പ്രതീക്ഷയുമായി..." അവൻ പതുക്കെ കൈ നീട്ടി.

"നിന്റെ ജന്മത്തെ കാത്ത്..."

അനുപമയുടെ കണ്ണുകൾ നിറഞ്ഞു. “എന്നാൽ ഞാൻ... വീണ്ടും എങ്ങനെ ജനിച്ചു?” അവൾ പതിഞ്ഞ ശബ്ദത്തിൽ ചോദിച്ചു.

കാർത്തികേയൻ പുഞ്ചിരിച്ചു. “കാരണം നിന്റെ ആത്മാവ് എന്നെക്കാൾ വിശുദ്ധമായിരുന്നു. മീനാക്ഷിയുടെ മരണത്തിന് ശേഷം നിന്റെ ആത്മാവ് മുക്തി നേടിയിരുന്നു. നീ പ്രപഞ്ചബോധത്തിൽ അലിഞ്ഞുചേർന്നിരുന്നു. ജനനമരണ ചക്രത്തിൽ നിന്ന് മോചിതയായി. അതുകൊണ്ടാണ് നൂറ്റാണ്ടുകളോളം നീ മറ്റൊരു ജന്മം എടുക്കാതിരുന്നത്.”

ഗുഹയിൽ വീണ്ടും നിശ്ശബ്ദത പരന്നു.

“പക്ഷേ...” അവന്റെ ശബ്ദം വിറച്ചു. "നമ്മൾ തമ്മിലുള്ള ആത്മ ബന്ധത്തിന് മുന്നിൽ പ്രപഞ്ചം പോലും തോറ്റുപോയി.”

“ചില പ്രണയങ്ങൾ കർമ്മത്തേക്കാൾ ശക്തമാണ്. ചില വാഗ്ദാനങ്ങൾ മരണത്തേക്കാൾ ശക്തമാണ്.”

“അങ്ങനെ... നീ വീണ്ടും ജനിച്ചു. അനുപമയായി... ജനിച്ചു ”

ആ വാക്കുകൾ ഗുഹയുടെ ചുവരുകളിൽ പ്രതിധ്വനിച്ചു.

പെട്ടെന്ന്...ഗുഹയുടെ അഗാധമായ ഇരുട്ടിൽ നിന്ന് ഒരു ശബ്ദം ഉയർന്നു. “അതെ... പക്ഷേ നിങ്ങൾ രണ്ടുപേരും ഇപ്പോഴും സത്യം മനസ്സിലാക്കിയിട്ടില്ല.”

അനുപമ ഞെട്ടി തിരിഞ്ഞു.

ഗുഹയുടെ അകത്തളത്തിൽ ഒരാൾ ഇരിക്കുകയായിരുന്നു.

വെളുത്ത ജടകൾ...

തിളങ്ങുന്ന കണ്ണുകൾ...

നൂറ്റാണ്ടുകളുടെ ജ്ഞാനം മുഖത്ത് തെളിഞ്ഞുനിന്നു.

അദ്ദേഹം പതുക്കെ കണ്ണുകൾ തുറന്നു. അദ്ദേഹത്തിന്റെ കണ്ണുകളിൽ നിന്നും വന്ന പ്രകാശം ഗുഹയിൽ നിറഞ്ഞു.

"ഗുരുദേവാ... നിർവാണം പ്രാപിച്ച അങ്ങ് തിരിച്ചെത്തിയോ?" കാർത്തികേയൻ അദ്ദേഹത്തെ വണങ്ങി.

വൃദ്ധസന്യാസി അവരെ രണ്ടുപേരെയും നോക്കി.പിന്നെ ഒരു വിചിത്രമായ പുഞ്ചിരിയോടെ പറഞ്ഞു. "സൂക്ഷ്മശരീരികളേ... കാര്യങ്ങൾ നിങ്ങൾ കരുതുന്നത് പോലെയല്ല. നിങ്ങളുടെ കഥയുടെ തുടക്കം കാഞ്ചിപുരമല്ല. എന്തുകൊണ്ടാണ് നിങ്ങൾ തമ്മിൽ ഇത്ര ആത്മബന്ധമെന്ന് ഒരിക്കലെങ്കിലും ചിന്തിച്ചിട്ടുണ്ടോ?"

അദ്ദേഹത്തിന്റെ ശബ്ദം ഗുഹയിൽ പ്രതിധ്വനിച്ചു. "ലോകത്തിന്റെ പല ഭാഗങ്ങളിലും നിങ്ങൾ ജീവിച്ചു.

വ്യത്യസ്ത പേരുകളിൽ...

വ്യത്യസ്ത ജീവിതങ്ങളിൽ...

പക്ഷേ ഒരു കാര്യം മാത്രം മാറിയില്ല. ഓരോ നൂറ്റാണ്ടിലും നീ ഇവന്റെ ജീവിതത്തിലേക്ക് കടന്നുവന്നു.

മുഖം മാറി.

പേര് മാറി.

ജന്മസ്ഥലം മാറി.

പക്ഷേ ആത്മാവ് ഒന്നായിരുന്നു.

സന്യാസി പതുക്കെ കണ്ണുകൾ അടച്ചു. "നിങ്ങളുടെ ഏറ്റവും പഴയ ജന്മം ഓർക്കുന്നുണ്ടോ?"

കാർത്തികേയന്റെ ശരീരത്തിലൂടെ ഒരു വിറയൽ പാഞ്ഞുപോയി.

അടുത്ത നിമിഷം... ആയിരക്കണക്കിന് വർഷങ്ങൾ പഴക്കമുള്ള ഒരു ഓർമ്മ അവന്റെ മനസ്സിൽ ഉണർന്നു.

അവർ മനുഷ്യരായിരുന്നില്ല.

വേഴാമ്പലുകളായിരുന്നു.

പശ്ചിമഘട്ടത്തിന്റെ ആഴമേറിയ വനത്തിൽ ഒരു പുരാതന മരത്തിന്റെ പൊത്തിൽ അവർ കൂടുകൂട്ടി ജീവിച്ചിരുന്നു. ലോകത്തിൽ അവർക്ക് പരസ്പരം അവർ മാത്രമേ

ഉണ്ടായിരുന്നുള്ളൂ.

മരപ്പൊത്തിനുള്ളിൽ മൂന്ന് മുട്ടകൾ.

അവരുടെ കുഞ്ഞുങ്ങൾ...

പ്രതീക്ഷകൾ...

മുട്ടയിടുന്ന സമയം എത്തിയപ്പോൾ പെൺവേഴാമ്പൽ മരപ്പൊത്തിനുള്ളിലേക്ക് പ്രവേശിച്ചു. അവൻ പുറത്തുനിന്ന് മണ്ണും കാഷ്ഠവും കൊണ്ട് പൊത്തിന്റെ ദ്വാരം അടച്ചു. ഒരു ചെറിയ ദ്വാരം മാത്രം അവശേഷിപ്പിച്ചു. അതിലൂടെ അവൻ ദിവസവും പഴങ്ങളും കായ്കളും കൊണ്ടുവന്നു നൽകി.

അവരുടെ ജീവിതം പൂർണമായിരുന്നു. കാരണം വേഴാമ്പലുകൾ ജീവിതകാലം മുഴുവൻ ഒരേയൊരു ഇണയെ മാത്രമേ സ്നേഹിക്കൂ.

ഒരു ആത്മാവ്.

ഒരു സ്നേഹം.

ഒരു ജീവിതം.

ഒരു ദിവസം... ഭക്ഷണം തേടി അവൻ വനത്തിലേക്ക് പറന്നു.

അവൾ കൂടിനുള്ളിൽ കാത്തിരുന്നു.

പെട്ടെന്ന്...

ഒരു വില്ലിന്റെ ഞാണൊലി.

ഒരു അമ്പ് ആകാശം കീറി പാഞ്ഞുവന്നു.

അത് കാർത്തികേയന്റെ നെഞ്ച് തുളച്ച് കടന്നു.

അവൻ വേദനയോടെ നിലവിളിച്ചു.

ചിറകുകൾ തളർന്നു.

അവൻ ആകാശത്തിൽ നിന്ന് താഴേക്ക് വീണു. തന്റെ പ്രിയതമയെ ഓർത്ത് അവൻ ഉറക്കെ കരഞ്ഞു. ആ പ്രാണവേദന കാട്ടിൽ മുഴങ്ങി. പിന്നെ പതിയെ അത് ശബ്ദം നിലച്ചു.

മൂന്ന് മുട്ടകളെ ചിറകിനടിയിൽ ചേർത്തുപിടിച്ച് വിറച്ചിരിക്കുന്ന പെൺവേഴാമ്പൽ അവന്റെ വരവും കാത്തിരിക്കുകയായിരുന്നു. അവൾ ദിവസങ്ങളോളം കാത്തിരുന്നു.

അവൻ തിരികെ വരുമെന്ന് പ്രതീക്ഷിച്ചു.

പുറത്ത് ഓരോ ഇല അനങ്ങിയപ്പോഴും അവൻ വന്നെന്ന് കരുതി.

പക്ഷേ...അവൻ വന്നില്ല.

വിശപ്പ് അവളെ ക്ഷീണിപ്പിച്ചു.

ദാഹം അവളുടെ ശക്തി കവർന്നു.

അവസാനം... മൂന്ന് മുട്ടകളെയും ചിറകിനടിയിൽ ചേർത്തുപിടിച്ച് അവൾ മരിച്ചു.

കാർത്തികേയൻ ഞെട്ടലോടെ കണ്ണുകൾ തുറന്നു.

അനുപമയുടെ കണ്ണുകൾ നിറഞ്ഞിരുന്നു.

“ആ... വേട്ടക്കാരൻ ആര് ആയിരുന്നു?” അവൾ കണ്ണുതുടച്ചുകൊണ്ടു ചോദിച്ചു.

ഗുഹയിലെ തീജ്വാലകൾ കാറ്റില്ലാതെ വിറച്ചു.

സന്യാസിയുടെ മുഖം ഗൗരവമായി.

“അവൻ സാധാരണ മനുഷ്യനായിരുന്നില്ല.”

“അപ്പോൾ...?”

“അവനും ഒരു അമരനായിരുന്നു.”

ഒരു നിമിഷത്തെ നിശ്ശബ്ദത.

പിന്നെ അദ്ദേഹം പതുക്കെ പറഞ്ഞു.

“നിങ്ങൾ വരദരാജൻ എന്ന് വിളിക്കുന്ന മനുഷ്യൻ...അവനാണ് ആ വേട്ടക്കാരൻ.”

ഗുഹയിലെ വായു പെട്ടെന്ന് ഭാരമായി.

അനുപമയുടെ ശ്വാസം നിലച്ചു.

കാർത്തികേയൻ നിശ്ചലനായി.

“ഇല്ല... അത് അസാധ്യമാണ്...” അവൻ പറഞ്ഞു.

“അല്ല,” സന്യാസി പറഞ്ഞു. നിങ്ങളുടെ പ്രണയത്തെ ആദ്യമായി വേർപെടുത്തിയത് അവനാണ്. അതിന് ശേഷം ഓരോ ജന്മത്തിലും അവൻ തിരിച്ചെത്തി.”

“ഓരോ തവണയും നിങ്ങളെ വേർപെടുത്താൻ.”

“പക്ഷേ എന്തിന്?” അനുപമ ചോദിച്ചു.

സന്യാസിയുടെ കണ്ണുകൾ അഗ്നിപോലെ ജ്വലിച്ചു. കാരണം നിങ്ങളുടെ ആത്മാക്കൾ ഒന്നിക്കുമ്പോൾ ഒരു ശക്തി ഉണരുന്നു.”

“എന്ത് ശക്തി?”

സന്യാസി ഒരു നിമിഷം മൗനം പാലിച്ചു. പിന്നെ മൃദുവായി പറഞ്ഞു.

“ആ ശക്തി... അമരത്വത്തേക്കാൾ വലുതാണ്. പ്രണയത്തിലൂടെ കർമ്മബന്ധനങ്ങളെ പോലും തകർക്കാനുള്ള ശക്തി. അതുകൊണ്ടാണ് അവൻ ഭയപ്പെടുന്നത്. അതുകൊണ്ടാണ് അവൻ ഓരോ ജന്മത്തിലും തിരിച്ചുവരുന്നത്.”

ഗുഹയ്ക്കു പുറത്ത് ഇടിമുഴക്കം കേട്ടു.

സന്യാസി പതുക്കെ എഴുന്നേറ്റു.

“ഇനി നിങ്ങളുടെ ജീവിതത്തിലെ അവസാന അധ്യായം ആരംഭിക്കുകയാണ്.” അദ്ദേഹം ഗുഹയുടെ പുറത്തേക്കു നോക്കി. “കാരണം... അവനും ഇവിടെ വന്നുകഴിഞ്ഞിരിക്കുന്നു.”

ഗുഹയ്ക്ക് പുറത്ത് വീണ്ടും ഒരു ഇടിമുഴക്കം കേട്ടു.

കാറ്റ് പെട്ടെന്ന് ശക്തമായി വീശി.

ഗുഹയുടെ പ്രവേശന കവാടത്തിൽ ഒരു നിഴൽ പ്രത്യക്ഷപ്പെട്ടു.

വെള്ള വസ്ത്രം ധരിച്ച ഒരാൾ അനങ്ങാതെ, നിശ്ചലമായി അവരെ നോക്കി നിൽക്കുന്നു.

കാർത്തികേയന്റെ സൂക്ഷ്മ ശരീരം പിരിമുറുക്കത്തിലായി.

അനുപമ അവനോട് ചേർന്ന് നിന്നു.

ആ മനുഷ്യൻ പതുക്കെ മുന്നോട്ട് വന്നു.

അവന്റെ മുഖം എണ്ണവിളക്കിന്റെ വെളിച്ചത്തിൽ തെളിഞ്ഞു.

വരദരാജൻ.

അനുപമ അറിയാതെ കാർത്തികേയന്റെ കൈയിൽ മുറുകെ പിടിച്ചു.

പക്ഷേ ഇത്തവണ അവന്റെ കണ്ണുകളിൽ രാജകീയമായ അഹങ്കാരമുണ്ടായിരുന്നില്ല.

അസൂയയുമില്ല.

ക്രോധവുമില്ല.

നൂറ്റാണ്ടുകളുടെ ക്ഷീണം മാത്രം.

അവൻ പതുക്കെ അവരുടെ മുന്നിൽ വന്നു നിന്നു.

പിന്നെ...ആരും പ്രതീക്ഷിക്കാത്ത ഒരു കാര്യം സംഭവിച്ചു.

വരദരാജൻ നിലത്ത് മുട്ടുകുത്തിയിരുന്നു.

കാർത്തികേയനും അനുപമയും ഞെട്ടലോടെ അവനെ നോക്കി.

അവന്റെ കണ്ണുകൾ നിറഞ്ഞിരുന്നു. “ഞാൻ... ക്ഷീണിച്ചിരിക്കുന്നു.” അവന്റെ ശബ്ദം വിറച്ചു. “ആയിരക്കണക്കിന് വർഷങ്ങളായി ഞാൻ ഒരു നിഴലായി അലഞ്ഞുനടക്കുകയാണ്.”

ഗുഹയിൽ നിശ്ശബ്ദത നിറഞ്ഞു.

“ഞാൻ നിങ്ങളെ വെറുത്തിരുന്നില്ല.” അവൻ കാർത്തികേയനെ നോക്കി.

“ഞാൻ നിന്നോട് അസൂയപ്പെട്ടിരുന്നു. “ഇവൾ നിന്നെ പ്രണയിച്ചിരുന്ന രീതി... ആ വികാരം എനിക്ക് ഒരിക്കൽപോലും കിട്ടിയിട്ടില്ല, ആരും എന്നെ അങ്ങനെ സ്നേഹിച്ചിട്ടില്ല, ഒരു നോക്കുപോലും നോക്കിയിട്ടില്ല.”

അവൻ അനുപമയെ നോക്കി. “ഓരോ ജന്മത്തിലും ഞാൻ നിന്നെ കണ്ടു.”

“നീ മറ്റൊരാളെ സ്നേഹിക്കുന്നത് കണ്ടു.”

“ഓരോ ജന്മത്തിലും ഞാൻ നിങ്ങളെ വേർപെടുത്താൻ ശ്രമിച്ചു.”

“പക്ഷേ ഓരോ തവണയും നിങ്ങൾ വീണ്ടും ഒന്നായി.”

അവൻ കണ്ണുകൾ അടച്ചു.

“നിങ്ങളുടെ പ്രണയത്തെ തോൽപ്പിക്കാൻ കഴിയില്ല എന്ന് അവസാനം ഞാൻ മനസ്സിലാക്കി.”

ഗുരുദേവൻ നിശ്ശബ്ദമായി അവനെ നോക്കി.

വരദരാജൻ വീണ്ടും സംസാരിച്ചു. “ഞാൻ എല്ലാം ഓർക്കുന്നു. നിങ്ങളുടെ വേഴാമ്പൽ ജന്മത്തിൽ... ഞാൻ ഒരു വേട്ടക്കാരനായിരുന്നു. എന്റെ ഭാര്യ എന്നെ ഉപേക്ഷിച്ച് മറ്റൊരാളോടൊപ്പം പോയിരുന്നു. അന്നുമുതൽ പ്രണയത്തോട് എനിക്ക് വെറുപ്പായിരുന്നു. അപ്പോഴാണ് ഞാൻ നിങ്ങളെ കണ്ടത്.” അവന്റെ ശബ്ദം ഇടറി.

“ആ രണ്ട് പക്ഷികൾ... പരസ്പരം ജീവൻ പോലെ സ്നേഹിക്കുന്നതുകണ്ടപ്പോൾ... എനിക്ക് സഹിക്കാൻ കഴിഞ്ഞില്ല. അസൂയ... എന്നെ അന്ധനാക്കി."അവൻ വിറയുന്ന കൈകൾ നോക്കി.

“ഞാനാണ് ആ അമ്പ് എയ്തത്.”

അനുപമയുടെ കണ്ണുകളിൽ കണ്ണുനീർ നിറഞ്ഞു.

“പിന്നെ... ആ പെൺവേഴാമ്പലിന്റെ പ്രാണവേദനയോട് കൂടിയ കരച്ചിൽ ഞാൻ കേട്ടു. അന്ന് ഞാൻ ഏറെ സന്തോഷിച്ചു. പിന്നെ പതിയെ ഞാൻ ചെയ്ത മഹാപാപത്തെക്കുറിച്ച് ആലോചിച്ച് ഞാൻ വിഷമിച്ചു. അന്ന് മുതൽ എനിക്ക് സമാധാനം നഷ്ടപ്പെട്ടു.” അവൻ തലകുനിച്ചു.

“ആ നിമിഷം മുതൽ ഞാൻ ശപിക്കപ്പെട്ടു.”

"മരിക്കാൻ എനിക്ക് കഴിഞ്ഞില്ല."

"മറക്കാനും കഴിഞ്ഞില്ല."

"ഓരോ ജന്മത്തിലും ഞാൻ നിങ്ങളെ വീണ്ടും കണ്ടു."

"ഓരോ തവണയും ഞാൻ അതേ തെറ്റ് ആവർത്തിച്ചു."

ഗുഹയിലെ തീജ്വാലകൾ ശക്തമായി ജ്വലിച്ചു.

വരദരാജന്റെ കണ്ണുനീർ കവിളിലൂടെ ഒഴുകി.

"ഇനി എനിക്ക് കഴിയില്ല."

അവൻ പതുക്കെ കൈകൾ കൂപ്പി.

"നിങ്ങളുടെ പ്രണയത്തെ നശിപ്പിക്കാൻ ശ്രമിച്ചതിന്...എന്നോട് ക്ഷമിക്കൂ..."

"നിങ്ങളിൽ നിന്ന് ആയിരക്കണക്കിന് വർഷങ്ങൾ കവർന്നെടുത്തതിന്.. എനിക്ക് മാപ്പ് തരൂ."

അവന്റെ ശബ്ദം വിങ്ങിപ്പോയി.

"എനിക്ക് മോചനം വേണം..."

ഗുഹയിൽ വീണ്ടും നിശ്ശബ്ദത നിറഞ്ഞു.

കാർത്തികേയൻ പതുക്കെ മുന്നോട്ട് നടന്നു. അനുപമയും അവന്റെ കൂടെ നടന്നു.

വരദരാജൻ തല ഉയർത്തിയില്ല. അവൻ നിലത്ത് മുട്ടുകുത്തി നിന്നു.

കാർത്തികേയൻ തന്റെ ഗുരുവിനെ നോക്കി. " മാപ്പ് കൊടുക്കൂ ശിഷ്യാ... ഈ ശപിക്കപ്പെട്ട ആത്മാവിന് മുക്തി ലഭിക്കട്ടെ." അദ്ദേഹം പുഞ്ചിരിച്ചുകൊണ്ട് പറഞ്ഞു.

കാർത്തികേയൻ വരദരാജന്റെ തലയിൽ കൈവച്ചു. അവൻ മുകളിലേക്ക് നോക്കി. കാർത്തികേയന്റെ കണ്ണുകളിൽ കോപമുണ്ടായിരുന്നില്ല. കരുണ മാത്രം.

"നീ ഞങ്ങളെ ഒരുപാട് വേദനിപ്പിച്ചു. ഒരുപക്ഷേ ആ വേദന ഇല്ലായിരുന്നുവെങ്കിൽ... നമ്മുടെ പ്രണയം ഇത്ര ശക്തമാകുമായിരുന്നില്ല." കാർത്തികേയൻ പറഞ്ഞു.

അനുപമ മുന്നോട്ട് വന്നു. അവളുടെ കണ്ണുകളിൽ കണ്ണുനീർ തിളങ്ങുന്നുണ്ടായിരുന്നു. ഒരു നിമിഷം അവൾ വരദരാജന്റെ കണ്ണുകളിലേക്ക് നോക്കി. പിന്നീട് ചുണ്ടിൽ നേർത്ത ഒരു പുഞ്ചിരി വിരിയിച്ചുകൊണ്ട് അവൾ മൃദുവായി പറഞ്ഞു : "ഞാൻ നിന്നോട് ക്ഷമിക്കുന്നു."

ആ വാക്കുകൾ കേട്ട നിമിഷം...

ഗുഹയ്ക്കുള്ളിൽ ഒരു പ്രകാശം നിറഞ്ഞു.

വരദരാജന്റെ ശരീരം വിറയ്ക്കാൻ തുടങ്ങി.

അവൻ തന്റെ കൈകളിലേക്ക് നോക്കി.

അവയിൽ നിന്ന് സ്വർണ്ണപ്രകാശം പുറപ്പെടുകയായിരുന്നു.

"ഇത്...? എങ്ങനെ?" അവൻ ആശ്ചര്യനായി നോക്കി.

ഗുരുദേവൻ പുഞ്ചിരിച്ചു. "ക്ഷമ... കർമ്മബന്ധനങ്ങളെ പോലും അലിയിക്കുന്നു."

വരദരാജന്റെ കണ്ണുകൾ നിറഞ്ഞു. നൂറ്റാണ്ടുകൾക്കു ശേഷം ആദ്യമായി അവൻ പുഞ്ചിരിച്ചു.

"നന്ദി..." അവന്റെ ശരീരം പതുക്കെ പ്രകാശകണങ്ങളായി മാറിത്തുടങ്ങി.

അവൻ കാർത്തികേയനെയും അനുപമയെയും അവസാനമായി നോക്കി.

"ഈ ജന്മത്തിൽ... നിങ്ങൾ രണ്ടുപേരും സന്തോഷത്തോടെ ഒരുമിച്ച് ജീവിക്കൂ."

അടുത്ത നിമിഷം... അവൻ പ്രകാശമായി മാറി.

ഗുഹ മുഴുവൻ സ്വർണ്ണപ്രകാശം നിറഞ്ഞു.

കാറ്റ് നിലച്ചു.

കാട് നിശ്ശബ്ദമായി.

ഗുരുദേവൻ കണ്ണുകൾ അടച്ചു. "അവസാനം... അവന്റെ ആത്മാവിനും ശാന്തി ലഭിച്ചു."

കാർത്തികേയനും അനുപമയും കൈകൾ കോർത്തു നിന്നു.

നൂറ്റാണ്ടുകളുടെ കാത്തിരിപ്പിന് ഒടുവിൽ ഒരു അവസാനം ഉണ്ടായിരിക്കുന്നു.

ഗുരുദേവൻ അവരെ നോക്കി പുഞ്ചിരിച്ചു. "പ്രണയം മരണത്തെ ജയിക്കുന്നത് അത്ഭുതമല്ല. ക്ഷമയാണ് കർമ്മത്തെ പോലും ജയിക്കുന്നത്."

അദ്ദേഹം രണ്ട് കൈകളും ഉയർത്തി അവരെ അനുഗ്രഹിച്ചു. "ഇനി നിങ്ങൾക്ക് കാഞ്ചീപുരത്തേക്ക് മടങ്ങാം. നിങ്ങളുടെ സ്ഥൂലശരീരത്തിലേക്ക് പ്രവേശിക്കൂ. പക്ഷേ ഒരു കാര്യം മറക്കരുത്..."

അദ്ദേഹത്തിന്റെ കണ്ണുകൾ ആഴത്തിൽ തിളങ്ങി. "ജന്മലക്ഷ്യം മറക്കാതെ ജീവിക്കുക. പ്രണയം സ്വന്തമാക്കാൻ മാത്രം ലഭിച്ച ഒരു വരമല്ല. മറ്റുള്ളവരുടെ ജീവിതത്തിൽ വെളിച്ചമാകാനാണ് അത് നിങ്ങൾക്ക് ലഭിച്ചിരിക്കുന്നത്."

ഗുഹയ്ക്ക് പുറത്ത് ആദ്യ സൂര്യകിരണം ഉദിച്ചു. സ്വർണ്ണനിറമുള്ള ആ പ്രകാശം അവരുടെ സൂക്ഷ്മശരീരങ്ങളെ പൊതിഞ്ഞു.

നിമിഷങ്ങൾക്കകം ... അവർ വീണ്ടും കാഞ്ചീപുരത്തെ ക്ഷേത്രത്തിലെ രഹസ്യ അറയിൽ എത്തി. അവരുടെ സ്ഥൂലശരീരങ്ങൾ അപ്പോഴും ധ്യാനത്തിൽ ഇരിക്കുകയായിരുന്നു.

കാർത്തികേയൻ മെല്ലെ കണ്ണുകൾ തുറന്നു.

അനുപമയും ഉണർന്നു.

ഒരു നിമിഷം അവർ പരസ്പരം നോക്കി.

അവരുടെ കണ്ണുകളിൽ ഇനി ചോദ്യങ്ങളൊന്നുമുണ്ടായിരുന്നില്ല.

ഉത്തരങ്ങൾ മാത്രം.

അവർ കൊച്ചിയിലേക്ക് തിരിച്ചു.

സന്ധ്യയുടെ സ്വർണ്ണനിറം നഗരത്തെ പൊതിഞ്ഞിരുന്നു.

മറൈൻ ഡ്രൈവിന്റെ തീരത്ത് ആളുകൾ നടക്കുന്നു.

കുട്ടികൾ ചിരിക്കുന്നു.

കടൽക്കാറ്റ് മൃദുവായി വീശുന്നു.

ഇത്രയും ജന്മങ്ങളുടെ വേദനകൾക്കു ശേഷം ജീവിതം വീണ്ടും സാധാരണമായതുപോലെ.

“നമ്മെ പിന്നോട്ടടിക്കുന്ന ഏതിനേക്കാളും നമ്മൾ ശക്തരാണ്, കാർത്തി.” അനുപമ അത്ഭുതത്തോടെ പറഞ്ഞു.

കാർത്തികേയൻ അവളെ നോക്കി പുഞ്ചിരിച്ചു. “ഞാനും അത് വിശ്വസിക്കുന്നു.”

അനുപമ അവനോട് കൂടുതൽ ചേർന്ന് നടന്നു. ഒരു ചെറിയ ഐസ്ക്രീം കടയുടെ മുന്നിൽ അവർ നിന്നു. വർണാഭമായ ഐസ്ക്രീം കപ്പുകൾ അവരുടെ വികാരങ്ങളുടെ നിറങ്ങളെപ്പോലെ മനോഹരമായി നിരന്നിരുന്നു.

കാർത്തികേയൻ രണ്ട് മാംഗോ ഐസ്ക്രീം ഓർഡർ ചെയ്തു.

പിന്നീട് കളിയോടെ അവളെ നോക്കി.

“നിനക്ക് പണ്ടേ മാങ്ങ ഇഷ്ടമാണല്ലോ?”

അനുപമ ചിരിച്ചു. മീനാക്ഷിയുടെ ഒരു പഴയ ഓർമ്മ അവളുടെ മനസ്സിലൂടെ മിന്നിപ്പോയി. കാർത്തികേയന്റെ സ്പൂണിൽ നിന്ന് കുറച്ച് ഐസ്ക്രീം അവൾ രുചിച്ചു. മധുരം അവളുടെ നാവിൽ പടർന്നു. അതോടൊപ്പം ഒരു ആഴത്തിലുള്ള അനുഭവവും.

സ്വീകാര്യത...

സ്വന്തം സ്ഥാനം കണ്ടെത്തിയതിന്റെ സന്തോഷം...

“ഇത്രയും കലാപത്തിനിടയിൽ നമുക്ക് സന്തോഷം കണ്ടെത്താൻ എങ്ങനെ കഴിഞ്ഞു?” അവൾ ചോദിച്ചു.

കാർത്തികേയൻ അവളുടെ തോളിലൂടെ കൈയിട്ടു. പിന്നെ പതിയെ പറഞ്ഞു: “ഏറ്റവും ഇരുണ്ട സമയങ്ങളിൽ പോലും

പ്രണയം ഒരു വിളക്കായിമാറും."

അവർക്കിടയിലെ വായു പോലും ആ പറയാത്ത വികാരങ്ങളാൽ വിറയ്ക്കുന്നതുപോലെ തോന്നി.

രാത്രി സമയം. ഫോർട്ട് കൊച്ചിയിലെ കടൽത്തീരം.

അവർ മണലിൽ കാൽനീട്ടി ഇരുന്നു.

തിരമാലകൾ തീരത്തെ സ്പർശിച്ച് മടങ്ങുന്ന ശബ്ദം മാത്രം.

അവർക്കിടയിൽ കുറച്ചുനേരം നിശ്ശബ്ദത പരന്നു.

എന്നാൽ ഇത്തവണ ആ നിശ്ശബ്ദത വേദനയുടേതായിരുന്നില്ല.

അത് പ്രണയത്തിന്റെ നിശ്ശബ്ദതയായിരുന്നു.

മൃദുവായ പുഞ്ചിരിയോടെ കാർത്തികേയൻ അവളുടെ കൈയിൽ പിടിച്ചു. ആ സ്പർശം അവളുടെ ശരീരത്തിലൂടെ മനോഹരമായൊരു വിറയൽ പടർത്തി.

"ഈ ജന്മത്തിൽ ഭൂതകാലത്തിന്റെ തടവുകാരാകില്ല നാം." അവൻ പറഞ്ഞു.

അവരുടെ ഹൃദയങ്ങൾ ഒരേ താളത്തിൽ മിടിച്ചു.

പ്രതീക്ഷയുടെയും സ്നേഹത്തിന്റെയും ഒരു പുതിയ ബന്ധം അവർക്കിടയിൽ നെയ്യപ്പെട്ടു.

"നിനക്ക് ഇപ്പോൾ ഭയമില്ലേ?" അവൻ ചോദിച്ചു.

അനുപമ ഒരു നിമിഷം നിശ്ശബ്ദയായി. പിന്നെ പറഞ്ഞു:

"ഭയം ഇപ്പോഴും ഉണ്ട്...പക്ഷേ അത് എന്നെ നിയന്ത്രിക്കുന്നില്ല."

അവളുടെ ശബ്ദത്തിൽ പുതുതായി ജനിച്ച ഒരു ശക്തി ഉണ്ടായിരുന്നു.

കാർത്തികേയൻ അഭിമാനത്തോടെ അവളെ നോക്കി. "അതാണ് മാറ്റം. " അവൻ പറഞ്ഞു.

അനുപമ ആകാശത്തേക്ക് നോക്കി.

എണ്ണിയാലൊടുങ്ങാത്ത നക്ഷത്രങ്ങൾ...

ഓരോ നക്ഷത്രവും ഓരോ ഓർമ്മപോലെ...

ഓരോ നക്ഷത്രവും ഓരോ ജന്മംപോലെ...

“നമ്മൾ ഇതെല്ലാം വീണ്ടും വീണ്ടും അനുഭവിച്ചിട്ടുണ്ടോ?” അവൾ ചോദിച്ചു.

കാർത്തികേയൻ മൃദുവായി ചിരിച്ചു. “ചില ആത്മാക്കൾ എല്ലാ ജന്മങ്ങളിലും പരസ്പരം കണ്ടെത്തും എന്ന് മനസ്സിലായല്ലോ?.”

അനുപമയുടെ കണ്ണുകൾ നിറഞ്ഞു. “ഇത്... നമ്മുടെ അവസാന ജന്മമാണോ?” അവൾ പതിഞ്ഞ ശബ്ദത്തിൽ ചോദിച്ചു.

കാർത്തികേയൻ അവളുടെ കൈകൾ രണ്ടും തന്റെ കൈകളിൽ ചേർത്തുപിടിച്ചു. അവന്റെ കണ്ണുകളിൽ നൂറ്റാണ്ടുകളുടെ സ്നേഹവും കാത്തിരിപ്പും തെളിഞ്ഞുനിന്നു.

“അല്ല... ഇത് അവസാനമല്ല.” അവൻ അവളുടെ നെറ്റിയിൽ മെല്ലെ ചുംബിച്ചു.

“ഇത് തുടക്കമാണ്.”

ആ നിമിഷം കടലിന് മുകളിലൂടെ ഒരു വേഴാമ്പൽ ദമ്പതികൾ പറന്നുപോയി. അവർ രണ്ടുപേരും അത്ഭുതത്തോടെ ആകാശത്തേക്ക് നോക്കി. ചന്ദ്രപ്രകാശത്തിൽ അവരുടെ ചിറകുകൾ വെള്ളിപോലെ തിളങ്ങി.

അനുപമയുടെ കണ്ണുകളിൽ കണ്ണുനീർ നിറഞ്ഞു. കാർത്തികേയൻ അത് തുടച്ച് കളഞ്ഞു.

“ഇനി കരയരുത്.” അവൻ പുഞ്ചിരിച്ചുകൊണ്ട് പറഞ്ഞു.

ചില പ്രണയങ്ങൾ...മരണത്തിനപ്പുറവും ജീവിക്കും.

ചില വാഗ്ദാനങ്ങൾ... കാലത്തെയും കർമ്മത്തെയും അതിജീവിക്കും.

ചില ആത്മാക്കൾ... എത്ര ജന്മങ്ങൾ എടുത്താലും പരസ്പരം കണ്ടെത്തിക്കൊണ്ടേയിരിക്കും.

കാലം അതിന്റെ നൂപുരങ്ങൾ വീണ്ടും കിലുക്കി...
കാലചക്രം വീണ്ടും മുന്നോട്ട് കറങ്ങിത്തുടങ്ങി...

www.ingramcontent.com/pod-product-compliance
Lightning Source LLC
LaVergne TN
LVHW090416210926
848480LV00002B/580
* 9 7 9 8 9 0 5 6 0 6 9 4 6 *